VUI HỌC THÀNH NGỮ TIẾNG HOA

華語
趣味成語
越南語版

Dương Tú Huệ 楊琇惠 ——— 著 biên soạn
Trần Thụy Tường Vân 陳瑞祥雲 ——— 譯 biên dịch

五南圖書出版公司 印行

序

在耕耘華語教材十二年之後的今天，終於有機會跨出英文版本，開始出版越語、泰語及印尼語三種新版本，以服務不同語系的學習者。此刻的心情，真是雀躍而歡欣，感覺努力終於有了些成果。

這次之所以能同時出版三個東南亞語系的版本，除了要感謝夏淑賢主任（泰語）、李良珊老師（印尼語）及陳瑞祥雲老師（越南語）的翻譯外，最主要的，還是要感謝五南圖書出版社！五南帶著社企的精神，一心想要回饋社會，想要為臺灣做點事，所以才能促成此次的出版。五南的楊榮川董事長因為心疼許多嫁到臺灣的新住民朋友，因為對臺灣語言、文化的不熟悉，導致適應困難，甚至自我封閉。有鑑於此，便思考當如何才能幫助來到寶島和我們一起生活，一起養兒育女的新住民，讓他們能早日融入這個地方，安心地在這裏生活，自在地與臺灣人溝通，甚至教導下一代關於中華文化的種種，思索再三，還是覺得必需從語言文化下手，是以不計成本地開闢了這個書系。

回想半年前，當五南的黃惠娟副總編跟筆者傳達這個消息時，內心實在是既興奮又激動，開心之餘，感覺有股暖流在心裏盪漾。是以當下，筆者便和副總編一同挑選了五本適合新住民的華語書籍，當中除了有基礎會話，中級會話的教學外，還有些著名的中國寓言，及實用有趣的成語專書，可以說從最基礎到高級都含括了。希望新住民朋友能夠透過這個書系，來增進華語聽、說、讀、寫的能力，讓自己能順利地與中華文化接軌。

這是個充滿愛與關懷的書系，希望新住民朋友能感受到五南的用心，以及臺灣人的熱情。在研習這套書後，衷心期盼新住民朋友能和我們一起愛上這個寶島，一同在這個島上築夢，並創造屬於自己的未來。

楊琇惠

民國一○五年十一月十九日

於林口臺北新境

Lời nói đầu

Sau mười hai năm theo đuổi công việc biên soạn giáo trình tiếng Hoa, cuối cùng đã có cơ hội thực hiện phiên bản khác ngoài tiếng Anh, như tiếng Việt, tiếng Thái, tiếng Indonesia, để phục vụ những học sinh với những ngôn ngữ mẹ đẻ khác nhau. Tâm trạng của tôi lúc này, thực sự rất vui mừng phấn khởi, cảm giác những nỗ lực vừa qua đã có chút thành tựu rồi.

Để có thể đồng thời xuất bản ba phiên bản ngôn ngữ khác nhau, ngoài việc cảm ơn chủ nhiệm Hạ Thục Hiền (tiếng Thái), cô Lý Lương San (tiếng Indo) và cô Trần Thụy Tường Vân (tiếng Việt) hỗ trợ dịch thuật, quan trọng nhất, chính là cảm ơn nhà xuất bản Wunan! Wunan với tinh thần doanh nghiệp xã hội, luôn muốn đóng góp cho xã hội, muốn làm một điều gì đó cho Đài Loan, nên bộ sách này mới có thể xuất bản được. Chủ tịch Wunan, ông Dương Vinh Xuyên nhận thấy nhiều cư dân mới khi đến Đài Loan sinh sống, vì không hiểu rõ ngôn ngữ, văn hóa Đài Loan nên đã không thể thích nghi được, thậm chí đã tự co mình lại, không dám tiếp xúc với thế giới bên ngoài. Chính vì thế, ông đã trăn trở làm sao để giúp họ có thể nhanh chóng hòa nhập vào nơi này, có thể yên tâm sinh sống, thoải mái giao tiếp với mọi người, thậm chí còn có thể dạy thế hệ tiếp theo văn hóa Trung Hoa, suy đi tính lại, ông cảm thấy cần phải bắt đầu từ ngôn ngữ và văn hóa, bất kể chi phí như thế nào cũng phải phát triển bộ sách này.

Nhớ lại sáu tháng trước, khi phó tổng biên tập Hoàng Huệ Quyên đến thông báo tin này cho tôi, tôi cảm thấy thật xúc động và phấn khởi, ngoài cảm giác vui mừng, trong lòng còn có một cảm giác rất ấm áp. Lúc đó, tôi cùng phó tổng biên tập đã chọn ra 5 quyển sách phù hợp với những cư dân mới, bao gồm đàm thoại cơ bản, đàm thoại trung cấp, còn có ngụ ngôn, thành ngữ, có thể nói bộ sách đã bao gồm từ cơ bản đến cao cấp. Hi vọng các bạn có thể thông qua bộ sách này phát triển kỹ năng nghe, nói, đọc và viết, giúp bản thân thuận lợi hội nhập với nền văn hóa Trung Hoa.

Đây là bộ sách đầy tình thương và sự quan tâm, hi vọng các bạn có thể cảm nhận được sự chân thành của nhà xuất bản Wunan, cũng như sự nhiệt tình của người Đài Loan. Sau khi đọc bộ sách này, rất mong các bạn có thể cùng chúng tôi yêu quý hòn đảo này, cùng nhau xây dựng ước mơ, vun đắp tương lai nơi đây.

Dương Tú Huệ
19/11/2016, tại Đài Bắc

編輯前言

　　想提升華語讀、寫能力，使其華語程度更上一層樓，就應該要多閱讀，單字量累積夠了，自然能下筆成章。

　　但要編撰哪一類文章，才能吸引閱讀呢？幾經琢磨後，一本充滿趣味、詼諧幽默的成語故事集──《華語趣味成語》於焉誕生。期使不但能從中學習到成語的意涵及其用法，還能藉由故事的鋪陳來學習文章的起承轉合；此外，於字裡行間的閱讀，也能自然習得正確的語法結構和恰當的用辭技巧，可謂一舉數得。

　　本書分為動物篇、數字篇、自然篇、文化篇四個單元，共收錄88則成語。每則均有解釋、例文（即故事）及生詞等三部分。期以簡潔文字、活潑的情境插圖，輔以漢語拼音、中文、英文等，提升華語程度。簡介如下：

1. 解釋：針對成語的意義做清楚的說明，並附有英文版解說文字。

2. 例文（即故事）：透過各種生活小故事，來更深入的了解成語的意義。期使讓學生易學易記，還能讓學生舉一反三，前後對照，增進學習成效。

Lời nói đầu

Để cải thiện kỹ năng đọc viết, nâng cao trình độ tiếng Hoa, chúng ta phải cố gắng đọc càng nhiều càng tốt, tích lũy càng nhiều vốn từ, câu văn viết ra sẽ tự nhiên trở nên mượt mà, trôi chảy hơn.

Nhưng phải biên soạn nội dung thế nào mới có thể thu hút độc giả đây? Sau nhiều lần cân nhắc, chúng tôi đã quyết định biên soạn nên quyển "Vui học thành ngữ tiếng Hoa", một quyển sách tập hợp những câu chuyện thành ngữ thú vị, hài hước. Học viên có thể nhanh chóng nắm bắt được ý nghĩa và cách dùng của những thành ngữ này, còn có thể dựa vào cách xây dựng từng câu chuyện hiểu được kết cấu và bố cục khi viết văn. Ngoài ra, học viên còn có thể tiếp thu được cách dùng ngữ pháp và từ vựng tiếng Hoa một cách tự nhiên hiệu quả nhất.

Dựa trên nội dung của thành ngữ, quyển sách được chia làm bốn chương chính, gồm động vật, con số, tự nhiên và văn hóa, tổng cộng gồm 40 thành ngữ. Mỗi thành ngữ đều gồm ba phần: giải thích, bài khóa và từ mới. Với ngôn từ đơn giản, hình minh họa sinh động, kèm theo phiên âm và bài dịch tiếng Việt, sẽ giúp học viên nâng cao trình độ tiếng Hoa nhanh chóng nhất.

1. Giải thích: Diễn giải rõ nội dung, hàm ý của thành ngữ.

2. Bài khóa: Dựa trên những mẩu chuyện nhỏ trong đời sống giúp học viên hiểu rõ hơn ý nghĩa của từng thành ngữ, học qua đã nhớ và sử dụng được ngay.

Content

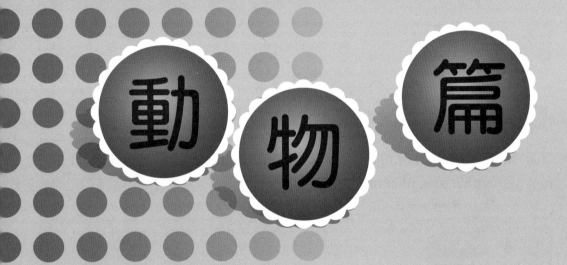

動物篇

1 【膽小[1]如鼠[2]】[3]
dǎn xiǎo rú shǔ

Từ loại	Hàm ý	Ví dụ
Tính từ	-	他是個膽小如鼠的人

解釋[4]：jiěshì

形容[5] 一個人 沒有 勇氣[6]，膽子 小 得 和 老鼠[7]一樣[8]。
xíngróng yígerén méiyǒu yǒngqì dǎnzi xiǎo de hàn lǎoshǔ yíyàng

Giải thích: Diễn tả một người không có dũng khí, gan nhỏ như chuột. Là một người nhát gan, nhát như thỏ đế.

例文[9]：lìwén

在 臺灣，農曆[10] 七月 十五日的 中元節[11] 是 個 很 重要[12]
zài Táiwān nónglì qīyuè shíwǔrì de Zhōngyuánjié shì ge hěn zhòngyào

的 節日[13]。人們 相信[14] 另[15]一個 世界[16] 的 鬼魂[17]，在 這 段
de jiérì rénmen xiāngxìn lìngyíge shìjiè de guǐhún zài zhèduàn

時間 會 回到 人間[18]。爲了[19] 得到 平安[20]，大家 都 會 準備[21]
shíjiān huì huídào rénjiān wèile dédào píngān dàjiā dōu huì zhǔnbèi

很 多 的 食物[22] 來 祭拜[23] 這些 鬼魂。所以，農曆 七月 也
hěn duō de shíwù lái jìbài zhèxiē guǐhún suǒyǐ nónglì qīyuè yě

叫做「鬼月」。
jiàozuò　　guǐyuè

因爲 聽 了 太多 和 這個 節日 有關 的 傳說[24]，一些
yīnwèi tīng le tàiduō hàn zhèige jiérì yǒuguān de chuánshuō　yìxiē

膽 小 如 鼠 的 人 晚 上 就 不敢 出門，也 不敢 待[25]在 比較[26]
dǎnxiǎo rú shǔ de rén wǎnshàng jiù bùgǎn chūmén　yě bùgǎn dāizài bǐjiào

黑暗[27] 的 地方，害怕[28] 會 看見[29] 恐怖[30] 的 景象[31]。其實[32]，
hēiàn　de dìfāng　hàipà huì kànjiàn kǒngbù de jǐngxiàng　qíshí

很 多 時候，那 都 只是 自己 的 想 像[33] 而已[34]。
hěn duō shíhòu　nà dōu zhǐshì zìjǐ de xiǎngxiàng　éryǐ

譯 文[35]：yìwén

　　Ở Đài Loan, Tết Trung Nguyên vào ngày rằm tháng 7 âm lịch là một ngày lễ quan trọng. Mọi người đều tin rằng vào thời gian này, ma quỷ ở thế giới bên kia sẽ trở lại dương gian. Để cầu bình an, mọi người đều mua rất nhiều đồ ăn để cúng tế những linh hồn này. Vì thế, tháng 7 âm lịch còn gọi là "tháng ma" (tháng cô hồn). Vì nghe nhiều truyền thuyết về tháng này, nên một số người nhát gan buổi tối không dám ra đường, cũng không dám ở nơi tối, sợ sẽ nhìn thấy những cảnh tượng kinh hãi. Thật ra, đôi khi những điều đó chỉ là do bản thân tưởng tượng ra mà thôi.

生詞 shēngcí — Từ vựng

1.	膽小	dǎnxiǎo	nhát gan
2.	鼠	shǔ	chuột
3.	膽小如鼠	dǎn xiǎo rú shǔ	nhát như thỏ đế
4.	解釋	jiěshì	giải thích
5.	形容	xíngróng	diễn tả, hình dung
6.	勇氣	yǒngqì	dũng khí
7.	老鼠	lǎoshǔ	chuột
8.	一樣	yíyàng	giống nhau
9.	例文	lìwén	bài khóa ví dụ
10.	農曆	nónglì	âm lịch
11.	中元節	Zhōngyuánjié	Tết Trung Nguyên, vào rằm tháng 7 âm lịch hằng năm
12.	重要	zhòngyào	quan trọng
13.	節日	jiérì	ngày lễ tết
14.	相信	xiāngxìn	tin tưởng, tin rằng
15.	另	lìng	khác
16.	世界	shìjiè	thế giới

17.	鬼魂	guǐhún	ma quỷ, linh hồn
18.	人間	rénjiān	nhân gian
19.	為了	wèile	để, vì (biểu thị mục đích)
20.	平安	píngān	bình an
21.	準備	zhǔnbèi	chuẩn bị
22.	食物	shíwù	thức ăn, thực phẩm
23.	祭拜	jìbài	cúng tế
24.	傳說	chuánshuō	truyền thuyết
25.	待	dāi	ở lại, nán lại
26.	比較	bǐjiào	so sánh
27.	黑暗	hēiàn	tối tăm
28.	害怕	hàipà	sợ, sợ hãi
29.	看見	kànjiàn	nhìn thấy
30.	恐怖	kǒngbù	khủng khiếp, kinh dị
31.	景象	jǐngxiàng	cảnh tượng
32.	其實	qíshí	thật ra
33.	想像	xiǎngxiàng	tưởng tượng
34.	而已	éryǐ	mà thôi

② 【對 牛¹ 彈² 琴³】 ⁴
　　 duì niú tán qín

Từ loại	Hàm ý	Ví dụ
Danh từ	-	這樣真是對牛彈琴

解 釋：jiěshì

比喻⁵ 對 不能 明白⁶ 道理⁷ 的 人 說理⁸ ，就 像 對 不懂⁹ 音樂¹⁰
bǐyù duì bùnéng míngbái dàolǐ de rén shuōlǐ jiùxiàng duì bùdǒng yīnyuè

的 牛 彈琴 一樣 ，白費¹¹ 力氣¹²/¹³ 。
de niú tánqín yíyàng bái fèi lìqì

Giải thích: Ý chỉ những người không biết lý lẽ, giải thích mấy cũng không được, giống như đàn gảy tai trâu, lãng phí sức lực.

例 文：lìwén

老 王 最¹⁴ 喜歡 和 朋友 一起 打牌¹⁵ ，常 常 玩到
Lǎo Wáng zuì xǐhuān hàn péngyǒu yìqǐ dǎpái chángcháng wándào

忘了 回家 吃飯 。除了¹⁶ 打牌 他 沒有 別¹⁷ 的 休閒¹⁸ 活動¹⁹ 。有
wàngle huíjiā chīfàn chúle dǎpái tā méiyǒu biéde xiūxián huódòng yǒu

一 天 ，老 王 陪²⁰ 太太 去 聽 一場 古典²¹ 音樂會²² ，節目²³
yì tiān Lǎo Wáng péi tàitai qù tīng yìchǎng gǔdiǎn yīnyuèhuì jiémù

開始[24] 不到[25] 三 分 鐘，
kāishǐ búdào sān fēnzhōng

他 就 已經 呼 呼 大 睡。
tā jiù yǐjīng hū hū dài shuì

後來[26] ，「咚[27]！」
hòulái   dōng

的 傳[28] 來 一 聲 鼓 聲[29] ，
de chuánlái yìshēng gǔshēng

老 王 突然[30] 大喊[31]：
Lǎo Wáng túrán   dàhǎn

「碰[32]！我 胡[33] 了！」，
pèng   wǒ húle

他 的 太太 覺得[34] 實在[35]
tā de tàitai juéde shízài

太 丟臉[36]，拉[37] 著 老 王
tài diūliǎn   lāzhe Lǎo Wáng

趕緊[38] 離開[39] 會 場[40]。
gǎnjǐn líkāi huìchǎng

看來[41]，要 老 王 欣賞[42] 古典 音樂，簡直[43] 就是 對牛 彈 琴。
kànlái yào Lǎo Wáng xīnshǎng gǔdiǎn yīnyuè jiǎnzhí jiùshì duì niú tán qín

譯 文：yìwén

Lão Vương rất thích cùng bạn bè chơi bài, thường mải chơi đến quên

7

cả về nhà. Ngoài chơi bài ra, ông không có hoạt động giải trí nào khác cả. Một hôm nọ, lão Vương cùng vợ đi nghe hòa nhạc cổ điển, buổi diễn vừa bắt đầu chưa đến ba phút, ông đã lăn ra ngủ khò. Sau đó, "Đùng!" một tiếng trống vang lên, lão Vương bỗng hét lên: "Bum! Tôi ù rồi!", vợ ông cảm thấy rất mất mặt, liền vội vã kéo ông rời khỏi khán phòng. Xem ra, muốn lão Vương cảm thụ nhạc cổ điển, chẳng khác nào đàn gảy tai trâu mà thôi.

 生詞 shēngcí **Từ vựng**

1.	牛	niú	trâu
2.	彈	tán	gảy, đánh (đàn)
3.	琴	qín	đàn (tên gọi chung của các loại đàn)
4.	對牛彈琴	duì niú tán qín	đàn gảy tai trâu
5.	比喻	bǐyù	ví dụ, ẩn dụ
6.	明白	míngbái	hiểu rõ
7.	道理	dàolǐ	đạo lý, lý lẽ
8.	說理	shuōlǐ	nói rõ lý lẽ
9.	懂	dǒng	hiểu, biết
10.	音樂	yīnyuè	âm nhạc

11.	白費	báifèi	lãng phí, phí công
12.	力氣	lìqì	sức lực
13.	白費力氣	bái fèi lìqì	lãng phí sức lực
14.	最	zuì	nhất
15.	打牌	dǎpái	chơi bài
16.	除了	chúle	ngoài ra
17.	別	bié	khác
18.	休閒	xiūxián	giải trí
19.	活動	huódòng	hoạt động
20.	陪	péi	cùng
21.	古典	gǔdiǎn	cổ điển
22.	音樂會	yīnyuèhuì	biểu diễn âm nhạc
23.	節目	jiémù	tiết mục, chương trình
24.	開始	kāishǐ	bắt đầu
25.	不到	búdào	chưa đến
26.	後來	hòulái	sau đó
27.	咚	dōng	đùng (tiếng của các vật va chạm mạnh vào nhau)
28.	傳	chuán	truyền
29.	鼓聲	gǔshēng	tiếng trống

30.	突然	túrán	đột nhiên
31.	大喊	dàhǎn	hét lớn
32.	碰	pèng	bùm (tiếng đập mạnh)
33.	胡	hú	ù (khi chơi mạt chược nếu thắng sẽ la "ù")
34.	覺得	juéde	cảm thấy
35.	實在	shízài	quả thực, vô cùng
36.	丟臉	diūliǎn	mất mặt
37.	拉	lā	kéo, lôi kéo
38.	趕緊	gǎnjǐn	vội vã, hối hã
39.	離開	líkāi	rời khỏi
40.	會場	huìchǎng	hội trường
41.	看來	kànlái	xem ra
42.	欣賞	xīnshǎng	thưởng thức, cảm thụ
43.	簡直	jiǎnzhí	quả là, thật đúng là

3 【騎[1] 虎[2] 難[3] 下】[4]
qí　hǔ　nán　xià

Từ loại	Hàm ý	Ví dụ
Tính từ	+/-	讓我騎虎難下

解釋：jiěshì

比喻 做 某[5]件事，進行 了 一半 遇到 困難[6]，但 又 迫於 情勢[7]
bǐyù zuò mǒujiànshì jìnxíng le yíbàn yùdào kùnnán dàn yòu pòyú qíngshì

不能 停下來。這 情形[8] 就 好 像 騎在 老虎 背[9]上 一樣，
bùnéng tíngxiàlái zhè qíngxíng jiù hǎoxiàng qízài lǎohǔ bèishàng yíyàng

騎在 上頭 很 危險[10]，但是 跳[11]下來 也 可能 被 老虎
qízài shàngtóu hěn wéixiǎn dànshì tiàoxiàlái yě kěnéng bèi lǎohǔ

咬[12]死[13]，怎麼 做 都 有 風險[14]，造成[15] 進 退 兩 難[16] 的
yǎosǐ zěme zuò dōu yǒu fēngxiǎn zàochéng jìn tuì liǎng nán de

局面[17]。
júmiàn

Giải thích: Khi làm một việc gì đó đến nửa chừng gặp phải khó khăn, nhưng tình thế bắt buộc không thể dừng lại được. Tình hình này giống như cưỡi trên lưng cọp vậy, khi ở trên lưng cọp sẽ rất nguy hiểm, nhưng nếu nhảy xuống cũng có thể bị cọp cắn chết, làm thế nào cũng gặp nguy hiểm, tình thế vô cùng lưỡng nan.

例文：lìwén

小玲　是個愛 唱歌 的 女孩，她 的 家人 和　朋友
XiǎoLíng　shì ge ài chànggē de nǔhá　tā de jiārén hàn péngyǒu

也 覺得 她 唱得 很 好，因此 就 幫 她 偷偷[18] 報名[19]了 歌唱[20]
yě juéde tā chàngde hěn hǎo　yīncǐ jiù bāng tā tōutou bàomíngle gēchàng

比賽[21]。
bǐsài

很 幸運[22]的，她 的 歌聲[23] 得到 評審[24] 的 肯定[25]，
hěn xìngyùn de　tā de gēshēng dédào píngshěn de kěndìng

通過 初賽[26]，獲得 了 上 電視 的 殊榮[27]。爲了 這個 難得[28]
tōngguò chūsài　huòdé le shàng diànshì de shūróng　wèile zhège nándé

的 機會[29]，小 玲　練習[30] 了 好久，不但[31] 選[32] 了 最 拿手[33] 的
de jīhuì　XiǎoLíng liànxí le hǎojiǔ búdàn xuǎn le zuì náshǒu de

歌曲[34]，還 準備 了 最 漂亮 的 服裝[35]，並[36] 配上[37] 最
gēqǔ　hái zhǔnbèi le zuì piàoliàng de fúzhuāng bìng pèishàng zuì

動感[38] 的 舞蹈[39]。
dònggǎn de wǔdào

沒 想 到[40] 就在 比賽 的 前一天，　小 玲 不 小心[41]
méixiǎngdào　jiùzài bǐsài de qiányìtiān　XiǎoLíng bù xiǎoxīn

扭傷[42] 了 右腳。這下子[43]，原本[44] 排練[45]好 的 舞步[46] 全 都
niǔshāng le yòujiǎo zhèxiàzi　yuánběn páiliànhǎo de wǔbù quándōu

走樣[47] 了。眼看[48]著 明天 就要 比賽 了，眞是 騎 虎 難
zǒuyàng le yǎnkànzhe míngtiān jiù yào bǐsài le zhēnshì qí hǔ nán

下！最後，她 決定⁴⁹ 盡己所能⁵⁰，拿著 柺 杖 ⁵¹ 賣力⁵²
xià zuìhòu tā juédìng jìn jǐ suǒ néng názhe guǎizhàng màilì

演出⁵³。結果⁵⁴ 沒 想 到，小 玲 的 努力⁵⁵，感動⁵⁶ 了 評 審
yǎnchū jiéguǒ méixiǎngdào XiǎoLíng de nǔlì gǎndòng le píngshěn

及 現場⁵⁷ 觀 眾 ⁵⁸，得到 第三名 的 好 成績⁵⁹。
jí xiànchǎng guānzhòng dédào dìsānmíng de hǎo chéngjī

譯 文：yìwén

　　Tiểu Linh là một cô bé thích ca hát, gia đình và bạn bè đều cảm thấy em hát rất hay, nên đã bí mật giúp em đăng ký một cuộc thi hát. May mắn thay, giọng hát của em được ban giám khảo đánh giá cao, vượt qua vòng loại, giành được cơ hội xuất hiện trên truyền hình. Vì cơ hội hiếm có này, tiểu Linh đã luyện tập rất lâu, không chỉ chọn bài hát sở trường nhất, em còn chuẩn bị trang phục đẹp nhất, cùng những bước nhảy sinh động. Nhưng không ngờ, trước đêm diễn, tiểu Linh bị trật chân. Lúc này, những bước nhảy đã tập dợt trước đây đều không thể hiện được nữa. Ngày mai đã là đêm diễn thi đấu rồi, đúng là cưỡi trên lưng cọp mà! Cuối cùng, em quyết định cố hết sức mình, tay cầm cây nạng cố gắng biểu diễn. Kết quả thật bất ngờ, sự cố gắng của tiểu Linh đã khiến giám khảo và khán giả cảm động, em giành được giải ba trong cuộc thi này.

生詞 shēngcí　Từ vựng

1.	騎	qí	cưỡi
2.	虎	hǔ	con cọp
3.	難	nán	khó
4.	騎虎難下	qí hǔ nán xià	cưỡi trên lưng cọp
5.	某	mǒu	nào đó (dùng chỉ việc nào đó, người nào đó)
6.	困難	kùnnán	khó khăn
7.	迫於情勢	pòyú qíngshì	hoàn cảnh ép buộc
8.	情形	qíngxíng	tình thế, hoàn cảnh
9.	背	bēi	lưng, phía sau
10.	危險	wéixiǎn	nguy hiểm
11.	跳	tiào	nhảy
12.	咬	yǎo	cắn
13.	死	sǐ	chết
14.	風險	fēngxiǎn	nguy hiểm, mạo hiểm
15.	造成	zàochéng	tạo thành, gây ra
16.	進退兩難	jìn tuì liǎng nán	tiến thoái lưỡng nan

17.	局面	júmiàn	cục diện, tình thế, tình hình
18.	偷偷	tōutou	lén lút, bí mật
19.	報名	bàomíng	đăng ký, báo danh
20.	歌唱	gēchàng	ca hát
21.	比賽	bǐsài	cuộc thi, thi đấu
22.	幸運	xìngyùn	may mắn
23.	歌聲	gēshēng	tiếng hát, giọng hát
24.	評審	píngshěn	giám khảo
25.	肯定	kěndìng	khẳng định (trong bài nghĩa là được đánh giá cao)
26.	初賽	chūsài	vòng loại
27.	殊榮	shūróng	phần thưởng
28.	難得	nándé	khó có được, hiếm có
29.	機會	jīhuì	cơ hội
30.	練習	liànxí	luyện tập
31.	不但	búdàn	không chỉ, không những
32.	選	xuǎn	chọn
33.	拿手	náshǒu	sở trường
34.	歌曲	gēqǔ	bài hát
35.	服裝	fúzhuāng	trang phục

36.	並	bìng	và, đồng thời
37.	配上	pèishàng	kết hợp với, cùng với
38.	動感	dònggǎn	sinh động
39.	舞蹈	wǔdào	vũ đạo
40.	沒想到	méixiǎngdào	không ngờ
41.	小心	xiǎoxīn	cẩn thận
42.	扭傷	niǔshāng	bong gân, trật khớp
43.	這下子	zhèxiàzi	lúc này
44.	原本	yuánběn	vốn dĩ, ban đầu
45.	排練	páiliàn	tập luyện, tập dợt trước lúc biểu diễn
46.	舞步	wǔbù	bước nhảy
47.	走樣	zǒuyàng	biến dạng
48.	眼看	yǎnkàn	lập tức, trước mắt
49.	決定	juédìng	quyết định
50.	盡己所能	jìn jǐ suǒ néng	cố gắng hết sức
51.	枴杖	guǎizhàng	cây nạng
52.	賣力	màilì	dốc sức, gắng sức
53.	演出	yǎnchū	biểu diễn
54.	結果	jiéguǒ	kết quả
55.	努力	nǔlì	nỗ lực, cố gắng

56.	感動	gǎndòng	cảm động
57.	現場	xiànchǎng	hiện trường, nơi diễn ra sự việc
58.	觀眾	guānzhòng	khán giả
59.	成績	chéngjī	thành tích

24 【虎頭蛇¹尾²】³
hǔ tóu shé wěi

Từ loại	Hàm ý	Ví dụ
Tính từ	-	做事不要虎頭蛇尾

解釋：jiěshì

比喻 做 事情 一 開始 很 積極⁴，後來 卻 草 草 了 事⁵、有
bǐyù zuò shìqíng yì kāishǐ hěn jījí hòulái què cǎo cǎo liǎo shì yǒu

始 無 終 ⁶。就 像 起頭⁷時 有 著 老虎 般 的 氣勢⁸，結尾⁹時
shǐ wú zhōng jiù xiàng qǐtóu shí yǒuzhe lǎohǔ bān de qìshì jiéwěi shí

卻¹⁰ 像 細小¹¹ 的 蛇 那樣 沒有 力道¹²。
què xiàng xìxiǎo de shé nàyàng méiyǒu lìdào

Giải thích: "Đầu cọp đuôi rắn" ý chỉ khi làm việc gì đó lúc đầu rất tích cực, về sau thì qua loa cho có, có đầu nhưng không có đuôi. Cũng giống như khi bắt đầu thì dũng mãnh như cọp, còn về sau lại nhỏ yếu không chút sức lực như rắn vậy. Như câu "Đầu voi đuôi chuột" trong tiếng Việt.

例文：lìwén

看了 電視上 的 烹飪¹³ 節目，我 也 想 要 試試看¹⁴，
kànle diànshìshàng de pēngrèn jiémù wǒ yě xiǎngyào shìshìkàn

學學 大 廚師[15] 的 手藝[16]。所以，我 先 買 了 一把[17] 五千元
xuéxue dà chúshī de shǒuyì suǒyǐ wǒ xiān mǎi le yìbǎ wǔqiānyuán

的 高級[18] 菜刀[19]，再 花 了 將近[20] 兩 萬元，把 廚房裡 的
de gāojí càidāo zài huā le jiāngjìn liǎng wànyuán bǎ chúfánglǐ de

爐具[21] 和 鍋子[22] 都 換 成 新的。
lújù hàn guōzi dōu huànchéng xīnde

我 很 認真[23] 的
wǒ hěn rènzhēn de

看著 電視、仔細[24] 做
kànzhe diànshì zǐxì zuò

筆記，感覺[25] 做菜
bǐjì gǎnjué zuòcài

好 像 一點 都 不難。
hǎoxiàng yìdiǎn dōu bù nán

只是[26]，後來 我 發現[27]，
zhǐshì hòulái wǒ fāxiàn

洗菜 很 花 時間；切[28]
xǐcài hěn huā shíjiān qiè

肉 要 小心，才 不會
ròu yào xiǎoxīn cái bú huì

弄[29] 傷 手指[30]；
nòng shāng shǒuzhǐ

調味料[31] 一匙[32] 一匙 慢
tiáowèiliào yìchí yìchí màn

慢 算[33]，眞是 麻煩[34]。所以，最後 只煮[35] 了一盤[36] 蛋炒飯[37]。
màn suàn　zhēnshì máfán　　suǒyǐ　zuìhòu zhǐ zhǔ　le yìpán　dànchǎofàn

老公 一邊 吃著 我 煮 的 炒飯，一邊 小 聲 的 說：
lǎogōng　yìbiān chīzhe wǒ zhǔ de　chǎofàn　yìbiān xiǎoshēng de shuō

「唉！你 做 事情 虎 頭 蛇 尾，只有 三 分 鐘 熱度[38/39]。
āi　　nǐ zuò shìqíng hǔ tóu shé wěi　zhǐ yǒu sānfēnzhōng　rèdù

這 眞是 我 吃過 最貴 的 炒飯！」
zhè zhēnshì wǒ chīguò zuì guì de chǎofàn

譯文：yìwén

　　Xem xong chương trình nấu ăn trên truyền hình, tôi cũng muốn nấu thử, học hỏi tay nghề của các bếp trưởng. Vì vậy, tôi đã mua một con dao làm bếp hơn 5000 tệ, rồi tiêu thêm 20000 tệ để thay mới toàn bộ dụng cụ nhà bếp và xoong nồi. Tôi rất chăm chỉ xem truyền hình, tỉ mỉ ghi chép, tôi thấy nấu ăn cũng không khó chút nào. Nhưng mà, sau đó tôi thấy rằng, rửa rau thật tốn thời gian; chặt thịt phải cẩn thận mới không bị đứt tay; nêm nếm cũng phải từng muỗng một, thật là phiền phức. Vậy nên cuối cùng chỉ nấu được một đĩa cơm chiên trứng. Chồng tôi vừa ăn cơm chiên, vừa thì thầm: "Than ôi! Em làm việc đầu voi đuôi chuột thế này, không kiên nhẫn gì cả. Đây là đĩa cơm chiên mắc nhất mà anh từng ăn!"

生詞 shēngcí Từ vựng

1.	蛇	shé	con rắn
2.	尾	wěi	cái đuôi
3.	虎頭蛇尾	hǔ tóu shé wěi	đầu cọp đuôi rắn, đầu voi đuôi chuột
4.	積極	jījí	tích cực
5.	草草了事	cǎo cǎo liǎo shì	làm qua loa cho xong
6.	有始無終	yǒu shǐ wú zhōng	có đầu không có đuôi, có bắt đầu không có kết thúc
7.	起頭	qǐtóu	bắt đầu, mở đầu
8.	氣勢	qìshì	khí thế
9.	結尾	jiéwěi	kết thúc
10.	卻	què	nhưng
11.	細小	xìxiǎo	nhỏ bé
12.	力道	lìdào	sức lực
13.	烹飪	pēngrèn	nấu ăn
14.	試試看	shìshìkàn	thử xem
15.	廚師	chúshī	đầu bếp
16.	手藝	shǒuyì	tay nghề

17.	把	bǎ	con, cây, chiếc (lượng từ dụng cho vật có tay cầm, nắm)
18.	高級	gāojí	cao cấp
19.	菜刀	càidāo	dao làm bếp
20.	近	jìn	gần
21.	爐具	lújù	bếp lò
22.	鍋子	guōzi	xoong nồi
23.	認眞	rènzhēn	chăm chỉ, nghiêm túc
24.	仔細	zǐxì	cẩn thận, tỉ mỉ
25.	感覺	gǎnjué	cảm giác, cảm thấy
26.	只是	zhǐshì	chỉ là
27.	發現	fāxiàn	phát hiện
28.	切	qiē	cắt
29.	弄	nòng	làm
30.	手指	shǒuzhǐ	ngón tay
31.	調味料	tiáowèiliào	gia vị
32.	匙	chí	muỗng
33.	算	suàn	tính toán
34.	麻煩	máfán	phiền phức, rắc rối
35.	煮	zhǔ	nấu

36.	盤	pán	cái đĩa, cái đĩa
37.	蛋炒飯	dànchǎofàn	cơm chiên trứng
38.	熱度	rèdù	nhiệt độ, nhiệt huyết
39.	三分鐘熱度	sānfēnzhōng rèdù	3 phút nhiệt huyết, ý chỉ không kiên nhẫn, làm việc gì cũng chỉ hào hứng lúc đầu mà thôi

5 【守[1]株[2]待[3]兔】[4]
shǒu zhū dài tù

Từ loại	Hàm ý	Ví dụ
Danh từ	-	這種守株待兔的方法很笨

解釋：jiěshì

比喻 想 要 不 勞 而 獲[5]，或是 指 人 局限[6] 在 舊有 的 經驗[7]，
bǐyù xiǎng yào bù láo ér huò huòshì zhǐ rén júxiàn zài jiùyǒu de jīngyàn

不知 變通[8]。原本 的 故事 是 敘述[9]：有 一個 農夫[10]，偶然[11]
bùzhī biàntōng yuánběn de gùshì shì xùshù yǒu yíge nóngfū ǒurán

發現 一隻 撞[12]到 田 中 樹木 而 死掉[13] 的 兔子，就 放棄[14]
fāxiàn yìzhī zhuàngdào tiánzhōng shùmù ér sǐdiào de tùzi jiù fàngqì

耕種[15] 而 守在 樹旁，想 要再 撿[16]到 更 多的 兔子。
gēngzhòng ér shǒuzài shùpáng xiǎng yào zài jiǎndào gèng duō de tùzi

Giải thích: Đây là câu thành ngữ ẩn dụ một người không muốn lao động nhưng vẫn muốn đạt được thành tích, hoặc một người chỉ gói gọn trong những kinh nghiệm cũ, không linh hoạt. Câu chuyện ban đầu là: Có một người nông dân, đột nhiên phát hiện một chú thỏ chạy va đầu vào cây rồi chết, nên người này đã bỏ việc canh tác, ngồi bên gốc cây chờ đợi, hi vọng sẽ nhặt được thêm nhiều chú thỏ nữa.

例文：lìwén

現在 是 一個 知識[17] 爆炸[18] 的 時代[19]，人們 都 要 不斷[20]
xiànzài shì yíge zhīshì bàozhà de shídài rénmen dōu yào búduàn

的 充實[21] 自己[22]，求 新 求 變[23]。如果 不 知 道 上進[24]，只
de chōngshí zìjǐ qiú xīn qiú biàn rúguǒ bù zhī dào shàngjìn zhǐ

想 守 株 待 兔，用 舊有的 規矩[25] 或 想法 來 做事，那麼
xiǎng shǒu zhū dài tù yòng jiùyǒu de guījǔ huò xiǎngfǎ lái zuòshì nàme

很 快 的 就 會 被 這個 社會 所 淘汰[26]。
hěnkuài de jiù huì bèi zhèige shèhuì suǒ táotài

很多 傳統[27] 行業[28]，因為 有 了 創新[29] 的 點子[30]，
hěnduō chuántǒng hángyè yīnwèi yǒu le chuàngxīn de diǎnzi

讓 他們 的 產品 再 一 次 獲得 消費者[31] 喜愛[32]。例如
ràng tāmen de chǎnpǐn zài yí cì huòdé xiāofèizhě xǐài lìrú

蛋糕 造型[33] 的 毛巾[34] 禮盒[35]，和 強調[36] 手工[37] 天然[38]
dàngāo zàoxíng de máojīn lǐhé hàn qiángdiào shǒugōng tiānrán

的 有機[39] 香皂[40]，就是 因為 製造者[41] 巧妙[42] 的 創意[43]，
de yǒujī xiāngzào jiùshì yīnwèi zhìzàozhě qiǎomiào de chuàngyì

讓 原本 不起眼[44] 的 小東西，變 成 了 時尚[45] 流行 的
ràng yuánběn bùqǐyǎn de xiǎodōngxi biànchéng le shíshàng liúxíng de

商品[46]。
shāngpǐn

譯文：yìwén

Ngày nay là thời đại tri thức bùng nổ, mọi người phải cố gắng trau dồi bản thân, không ngừng hướng tới những điều mới. Nếu không cầu tiến, chỉ biết ôm cây đợi thỏ, dùng những quy tắc hoặc ý tưởng cũ làm việc, thì bạn sẽ bị xã hội đào thải. Nhiều ngành công nghiệp truyền thống, vì nghĩ ra được nhiều ý tưởng mới, nên sản phẩm của họ một lần nữa được người tiêu dùng yêu thích. Ví dụ như bánh kem có hình dạng khăn tắm, hay xà phòng thủ công với nguyên liệu tự nhiên, chính những ý tưởng sáng tạo này đã giúp những vật phẩm nhỏ bé không bắt mắt này trở thành một món hàng thời thượng.

生詞
shēngcí

Từ vựng

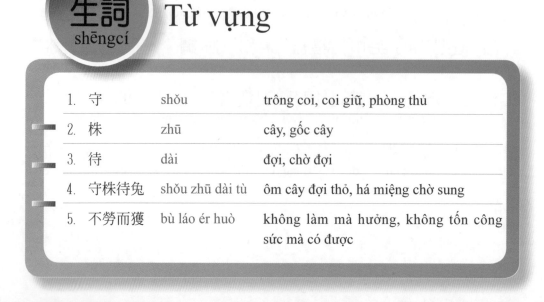

1.	守	shǒu	trông coi, coi giữ, phòng thủ
2.	株	zhū	cây, gốc cây
3.	待	dài	đợi, chờ đợi
4.	守株待兔	shǒu zhū dài tù	ôm cây đợi thỏ, há miệng chờ sung
5.	不勞而獲	bù láo ér huò	không làm mà hưởng, không tốn công sức mà có được

6.	局限	júxiàn	hạn chế, giới hạn
7.	經驗	jīngyàn	kinh nghiệm
8.	變通	biàntōng	linh hoạt ứng biến
9.	敘述	xùshù	kể rằng, thuật rằng
10.	農夫	nóngfū	nông dân
11.	偶然	ǒurán	ngẫu nhiên, tình cờ, bất ngờ
12.	撞	zhuàng	va phải, đụng phải
13.	死掉	sǐdiào	chết
14.	放棄	fàngqì	từ bỏ
15.	耕種	gēngzhòng	canh tác, làm ruộng
16.	撿	jiǎn	nhặt
17.	知識	zhīshì	kiến thức
18.	爆炸	bàozhà	bùng nổ
19.	時代	shídài	thời đại
20.	不斷	búduàn	không ngừng
21.	充實	chōngshí	trau dồi, làm phong phú hơn
22.	自己	zìjǐ	bản thân
23.	求新求變	qiú xīn qiú biàn	theo đuổi cái mới, biến hóa linh hoạt
24.	上進	shàngjìn	cầu tiến
25.	規矩	guījǔ	quy tắc

26.	淘汰	táotài	đào thải
27.	傳統	chuántǒng	truyền thống
28.	行業	hángyè	ngành
29.	創新	chuàngxīn	cách tân, đổi mới
30.	點子	diǎnzi	ý tưởng
31.	消費者	xiāofèizhě	người tiêu dùng
32.	喜愛	xǐài	yêu thích
33.	造型	zàoxíng	tạo hình
34.	毛巾	máojīn	khăn tắm
35.	禮盒	lǐhé	hộp quà
36.	強調	qiángdiào	nhấn mạnh
37.	手工	shǒugōng	thủ công, làm bằng tay
38.	天然	tiānrán	tự nhiên
39.	有機	yǒujī	hữu cơ
40.	香皂	xiāngzào	xà phòng
41.	製造者	zhìzàozhě	nhà sản xuất
42.	巧妙	qiǎomiào	tài tình, khéo léo
43.	創意	chuàngyì	sáng tạo
44.	不起眼	bùqǐyǎn	không bắt mắt, không thu hút
45.	時尚	shíshàng	thời trang, thời thượng
46.	商品	shāngpǐn	hàng hóa

⑥【生龍¹活虎】²
shēng lóng huó hǔ

Từ loại	Hàm ý	Ví dụ
Tính từ	+	這個生龍活虎的人

解釋：jiěshì

比喻　一個人　很有　精神³，就　像　蛟龍⁴ 和　猛⁵虎　一樣
bǐyù　yígerén　hěnyǒu　jīngshén　jiù xiàng　jiāolóng hàn　měnghǔ　yíyàng

活潑⁶　勇猛⁷。
huópō　yǒngměng

Giải thích: Ý chỉ một người rất có sức sống, nhanh nhẹn dũng mãnh như giao long và mãnh hổ vậy.

例文：lìwén

有些　年輕⁸人，白天　上班　或 上課 的 時候，總是
yǒuxiē niánqīng　rén　báitiān　shàngbān　huò shàngkè de shíhòu zǒngshì

提不起 精神。一 有空⁹ 就¹⁰ 發呆¹¹，不 小心 就 會 打瞌睡¹²。
tíbùqǐ jīngshén　yì yǒukòng jiù　fādāi　bù xiǎoxīn jiù huì dǎkēshuì

眼神¹³　非常　空洞¹⁴　，氣色¹⁵ 也　不好，似乎¹⁶　得了 什麼
yǎnshén　fēicháng　kōngdòng　qìsè　yě　bùhǎo　sìhū　déle shéme

疾病[17]。
jíbìng

　可是，只要 過 了 下午 五點， 當 他們 下班 或　放學
kěshì　zhǐyào guò le xiàwǔ wǔdiǎn　dāng tāmen xiàbān huò　fàngxué

之後，就 突然 完全[18]變了個樣子[19]。 換 上 光鮮[20]　亮麗[21]
zhīhòu　jiù túrán wánquán biànle ge yàngzi　huànshàng guāngxiān　liànglì

的 衣服，　出現[22]
de　yīfú　chūxiàn

在 夜店[23] 裡面，不管[24]
zài yèdiàn lǐmiàn　bùguǎn

是 跳舞 或 聊天，
shì tiàowǔ huò liáotiān

都 有 用 不 完 的
dōu yǒu yòngbùwán　de

精力[25]。 生 龍 活 虎
jīnglì　shēng lóng huó hǔ

的，就 像 是 重新[26]
de　jiù xiàng shì chóngxīn

充 滿 電[27] 或 轉緊
chōngmǎn diàn　huò zhuǎnjǐn

發條[28] 一般[29]。 有句話：
fātiáo yìbān　yǒujùhuà

「上班 上課 一 條
shàngbān shàngkè　yì tiáo

蟲 [30]，下班下課一條 龍」，應該就是在 說 這些人吧！
chóng   xiàbān xiàkè yì tiáo lóng   yīnggāi jiù shì zài shuō zhè xiē rén ba

譯文：yìwén

Một số bạn trẻ vào ban ngày đi học hay đi làm đều mệt mỏi không có sức sống. Khi có giờ rảnh là ngây người ra, không chú ý là ngủ gật ngay. Đôi mắt lúc nào cũng thất thần, khí sắc cũng không tốt, dường như trong người có bệnh gì. Tuy nhiên, vừa đến 5 giờ chiều, sau khi họ tan trường hay tan ca, đột nhiên thay đổi hoàn toàn. Mặc lên người bộ quần áo sặc sỡ, đến quán rượu nhảy nhót, trò chuyện, vô cùng hào hứng. Khỏe như rồng như cọp vậy, giống như vừa sạc điện xong hay vừa lên dây cót xong. Có câu: "Đi học đi làm thì như con sâu, tan ca tan làm lại thành con rồng!", chính là ám chỉ những người này đó.

生詞 shēngcí Từ vựng

1.	龍	lóng	con rồng
2.	生龍活虎	shēng lóng huó hǔ	khỏe như vâm, mạnh như rồng như hổ
3.	精神	jīngshén	tinh thần

4.	蛟龍	jiāolóng	giao long
5.	猛	měng	dũng mãnh, mạnh mẽ
6.	活潑	huópō	hoạt bát, sống động
7.	勇猛	yǒngměng	dũng mãnh
8.	年輕	niánqīng	tuổi trẻ, thanh niên
9.	有空	yǒukòng	rảnh, có thời gian
10.	一…就…	yī...jiù...	hễ… là …., vừa… thì…
11.	發呆	fādāi	ngây người, ngẩn người ra
12.	打瞌睡	dǎkēshuì	ngủ gật, ngủ gà ngủ gật
13.	眼神	yǎnshén	ánh mắt
14.	空洞	kōngdòng	trống rỗng, thất thần
15.	氣色	qìsè	khí sắc, thần thái
16.	似乎	sìhū	dường như, hình như
17.	疾病	jíbìng	bệnh tật
18.	完全	wánquán	hoàn toàn
19.	樣子	yàngzi	hình dạng, dáng vẻ
20.	光鮮	guāngxiān	gọn gàng, sạch sẽ
21.	亮麗	liànglì	tươi sáng, rực rỡ
22.	出現	chūxiàn	xuất hiện
23.	夜店	yèdiàn	quán rượu, quán bar

24.	不管	bùguǎn	mặc dù, cho dù, bất kể…
25.	精力	jīnglì	sinh lực, tinh lực
26.	重新	chóngxīn	làm lại từ đầu, từ đầu
27.	電	diàn	điện
28.	發條	fātiáo	dây cót
29.	一般	yìbān	giống nhau, như nhau
30.	蟲	chóng	con sâu, con trùng

7 【車水馬龍】[1]
chē shuǐ mǎ lóng

Từ loại	Hàm ý	Ví dụ
Danh từ	+	到處車水馬龍

解釋：jiěshì

形容 人來人往[2]，熱鬧[3] 繁華[4] 的 景象[5]。字面上 的
xíngróng rén lái rén wǎng rènào fánhuá de jǐngxiàng zìmiànshàng de

意思 是 說：車子 多得 像 流水[6] 一般 連 綿 不絕[7]，眾多[8]
yìsi shì shuō chēzi duōde xiàng liúshuǐ yì bān lián mián bù jué zhòngduō

的 馬匹[9] 排出[10] 了 像 長 龍[11] 一樣 的 隊伍[12]。
de mǎpī páichū le xiàng chánglóng yíyàng de duìwǔ

Giải thích: Diễn tả cảnh người qua lại nhộn nhịp. Nghĩa trên mặt từ là:
Xe cộ đông đúc như nước chảy liên miên không ngớt còn đàn ngựa thì
xếp thành hàng dài rồng rắn.

例文：lìwén

到 臺灣 旅遊 的 觀 光 客[13]，一定 不會 錯過[14] 夜市 的
dào Táiwān lǚyóu de guānguāng kè yídìng búhuì cuòguò yèshì de

美食。 從 臺北 的 士林，到 高 雄 的 六合，到處 都 有
měishí cóng Táiběi de Shìlín dào Gāoxióng de Liùhé dàochù dōu yǒu

著名[15]的 夜市。
zhùmíng de yèshì

就 像 它的 名稱[16] 一樣，夜市 裡 的 攤販[17] 大 多
jiù xiàng tā de míngchēng yíyàng yèshì lǐ de tānfàn dà duō

都 在 晚 上 營業[18]。即使[19] 已經 過 了 晚 上 十 點，這裡
dōu zài wǎnshàng yíngyè jíshǐ yǐjīng guò le wǎnshàng shí diǎn zhèlǐ

仍然[20] 是 車 水 馬 龍，生意[21] 好得 不得了。夜市 最 迷人[22]
réngrán shì chē shuǐ mǎ lóng shēngyì hǎode bùdéliǎo yèshì zuì mírén

的 地方 就是 物 美 價 廉[23]，只要 花 幾百元，就 可以 吃遍[24]
de dìfāng jiùshì wù měi jià lián zhǐyào huā jǐbǎiyuán jiù kěyǐ chīpiàn

山 珍 海 味[25]，對於[26] 預算[27] 有限[28] 的 年輕人 而言[29]，
shān zhēn hǎi wèi duìyú yùsuàn yǒuxiàn de niánqīngrén éryán

真是 最佳 的 選擇[30]。
zhēnshì zuì jiā de xuǎnzé

譯文：yìwén

　　Khách du lịch khi đến Đài Loan, nhất định không thể bỏ qua những món ngon trong chợ đêm. Từ chợ đêm Sĩ Lâm ở Đài Bắc đến Lục Hợp ở Cao Hùng, khắp nơi đều là những chợ đêm nổi tiếng. Cũng giống như tên gọi của nó, những quầy hàng trong chợ đêm đều mở vào buổi tối. Dù đã hơn 11 giờ tối, nơi này vẫn đông nghịt, buôn bán phát đạt vô cùng. Điều thu hút nhất ở chợ đêm chính là những món ăn ngon giá rẻ, chỉ cần tốn vài trăm tệ đã có thể ăn đủ món sơn hào hải vị, đối với những bạn trẻ kinh phí hạn hẹp, đây quả là sự lựa chọn tuyệt vời.

生詞 shēngcí Từ vựng

1.	車水馬龍	chē shuǐ mǎ lóng	ngựa xe như nước, đông nghịt
2.	人來人往	rén lái rén wǎng	người qua kẻ lại
3.	熱鬧	rènào	nhộn nhịp, náo nhiệt
4.	繁華	fánhuá	phồn hoa, sầm uất
5.	景象	jǐngxiàng	cảnh, cảnh tượng
6.	流水	liúshuǐ	dòng chảy, dòng nước chảy
7.	連綿不絕	lián mián bù jué	liên miên không ngớt, liên tục không ngừng
8.	眾多	zhòngduō	rất nhiều
9.	馬匹	mǎpī	ngựa (nói chung)
10.	排出	páichū	xếp thành
11.	長龍	chánglóng	hàng dài, hàng rồng rắn
12.	隊伍	duìwǔ	đội ngũ, hàng ngũ
13.	觀光客	guānguāngkè	khách du lịch
14.	錯過	cuòguò	bỏ lỡ
15.	著名	zhùmíng	nổi tiếng
16.	名稱	míngchēng	tên gọi

17.	攤販	tānfàn	quầy hàng rong
18.	營業	yíngyè	buôn bán, kinh doanh
19.	即使	jíshǐ	dù.., mặc dù···
20.	仍然	réngrán	vẫn cứ
21.	生意	shēngyì	buôn bán, làm ăn
22.	迷人	mírén	thu hút, mê hoặc
23.	物美價廉	wù měi jià lián	hàng tốt giá rẻ
24.	遍	piàn	khắp, khắp cả
25.	山珍海味	shān zhēn hǎi wèi	sơn hào hải vị
26.	對於	duìyú	đối với
27.	預算	yùsuàn	dự toán, dự trù, kinh phí dự trù
28.	有限	yǒuxiàn	có hạn
29.	而言	éryán	mà nói
30.	選擇	xuǎnzé	chọn, lựa chọn

8 【走馬看花】[1]
zǒu mǎ kàn huā

Từ loại	Hàm ý	Ví dụ
Cụm động từ	+/-	只是走馬看花

解釋：jiěshì

形 容 快速、匆忙 的 觀察，而 沒 有 深 入 去 了解。就 像
xíngróng kuàisù cōngmáng de guānchá ér méiyǒu shēnrù qù liǎojiě jiùxiàng

騎 在 奔跑[2] 的 馬 上 欣 賞 風景，看 得 並 不 仔細（隨便
qízài bēnpǎo de mǎshàng xīnshǎng fēngjǐng kànde bìng bù zǐxì suíbiàn

看看）。
kànkan

Giải thích: Diễn tả sự quan sát nhanh chóng, vội vã, không đi sâu vào tìm hiểu. Giống như cưỡi ngựa phi ngắm phong cảnh, không thể nhìn ngắm tỉ mỉ được (chỉ xem qua mà thôi).

例文：lìwén

有 些 人 出 去 旅遊，總 是 把 重 點 放 在 購物 上 面，
yǒuxiērén chūqù lǚyóu zǒngshì bǎ zhòngdiǎn fàngzài gòuwù shàngmiàn

紀念品³ 買個不停，對 四周 的 景物⁴ 只是 走 馬 看 花，
jìniànpǐn　　măigebùtíng　　duì sìzhōu de jǐngwù　　zhǐshì zǒu mǎ kàn huā

並 沒有 用心 去 欣賞。
bìng méiyǒu yòngxīn qù xīnshǎng

　　就 像 隔壁 的 王太太，前 年 朋友 約 她 去 Okinawa
jiùxiàng gébì de wángtàitài　qiánnián péngyǒu yuē tā qù

玩，她 說 好；去年 家人 找 她 去 沖 繩 玩，她 也 去
wán　tā shuō hǎo　qùnián jiārén zhǎo tā qù Chōngshéng wán　tā yě qù

了；今年初 鄰居 組團 要 去 琉球，她 第一個 報名。只是，
le　jīnniánchū línjū zǔtuán yào qù Liúqiú　tā dìyīge bàomíng zhǐshì

在 回家 之後，她 忍不住 納悶⁵：「外國 風景區 賣 的 特產⁶
zài huíjiā zhīhòu　tā rěnbúzhù nàmèn　　wàiguó fēngjǐngqū mài de tèchǎn

怎麼 都 只 有 海帶？」在 問 了 女兒 之後，才 發現 她 去 的
zěme dōu zhǐ yǒu hǎidài　　zài wèn le nǚér zhīhòu　cái fāxiàn tā qù de

都 是 同一個 地方，只是 稱呼⁷ 不同 罷⁸了。
dōu shì tóngyíge dìfāng　zhǐshì chēnghū bùtóng bàle

譯 文：yìwén

　　Có một số người khi đi du lịch họ chỉ tập trung vào việc mua sắm,
liên tục mua quà lưu niệm về, những cảnh vật xung quanh chỉ cưỡi
ngựa xem hoa, không màng thưởng thức. Như bà Vương ở cạnh nhà,
năm trước bạn bè rủ bà đi chơi, bà đồng ý; năm rồi người nhà cùng bà
đi Okinawa du lịch, bà cũng đi; đầu năm nay hàng xóm muốn tổ chức

đi Ryukyu, bà là người đầu tiên đăng ký. Nhưng sau khi về nhà, bà cảm thấy rất khó hiểu: "Sao bên nước ngoài họ chỉ bán rong biển vậy nhỉ?" Sau khi hỏi con gái, bà mới vỡ lẽ ra rằng bà đã du lịch cùng một nơi, chỉ là tên gọi khác đi mà thôi.

生詞 shēngcí Từ vựng

1.	走馬看花	zǒu mǎ kàn huā	cưỡi ngựa xem hoa, xem qua loa, lướt qua
2.	奔跑	bēnpǎo	chạy băng băng, chạy nhanh
3.	紀念品	jìniànpǐn	quà lưu niệm
4.	景物	jǐngwù	phong cảnh, cảnh vật
5.	納悶	nàmèn	bối rối, khó hiểu
6.	特產	tèchǎn	đặc sản
7.	稱呼	chēnghū	tên gọi
8.	罷	bà	mà thôi

⑨【露出馬腳】[1]
lù chū mǎ jiǎo

Từ loại	Hàm ý	Ví dụ
Tính từ	-	〔某人〕露出馬腳了

解釋： jiěshì

形容　原本　隱藏[2]的　真　相　被　發現　了。這是　因為　古代
xíngróng yuánběn yǐncáng de zhēnxiàng bèi fāxiàn le zhèshì yīnwèi gǔdài

有　一種　遊戲，人們　在　馬的　身　上　披[3]上　裝飾[4]，
yǒu yìzhǒng yóuxì rénmen zài mǎ de shēnshàng pīshàng zhuāngshì

扮　成　其他　動物，但　如果　在　走動　的　時候　馬腳　露出來，
bànchéng qítā dòngwù dàn rúguǒ zài zǒudòng de shíhòu mǎjiǎo lùchūlái

就會　被　看　穿　是　假扮[5]的　了。
jiù huì bèi kànchuān shì jiǎbàn de le

Giải thích: Diễn tả sự thật vốn bị che giấu nay đã được phát hiện. Đây là một trò chơi vào thời cổ đại, mọi người sẽ gắn nhiều trang sức lên con ngựa, hóa trang thành loài động vật khác, nhưng khi ngựa di chuyển, dấu chân ngựa làm lộ thân phận thật sự của nó.

例文：lìwén

胡牛仙 宣稱[6] 他 有 超能力[7]，可以 靠 觸摸[8] 身體 來
húbànxiān xuānchēng tā yǒu chāonénglì kěyǐ kào chùmō shēntǐ lái

爲 人 治病。被 他 治療 的 人們 表示， 當 胡牛仙 的
wèi rén zhìbìng bèi tā zhìliáo de rénmen biǎoshì dāng húbànxiān de

手 碰到 他們 受 傷 的 部位 時，會 有 一種 痠 痠 麻麻
shǒu pèngdào tāmen shòushāng de bùwèi shí huì yǒu yìzhǒng suānsuān mámá

的 感覺。
de gǎnjué

由於 這 實在 是 太 神奇 了，因此 受到了 記者 的 注意。
yóuyú zhè shízài shì tài shénqí le yīncǐ shòudàole jìzhě de zhùyì

在 某 一 次 的 新聞 採訪[9] 後，胡牛仙 終於 露 出 馬 腳。
zài mǒu yí cì de xīnwén cǎifǎng hòu húbànxiān zhōngyú lù chū mǎ jiǎo

因爲 當 記者 用 慢動作 播放[10] 他 爲人 治療 的 畫面
yīnwèi dāng jìzhě yòng màndòngzuò bòfàng tā wèirén zhìliáo de huàmiàn

時，發現 胡牛仙 的 手 中 藏 有 一條 電線，這 就 是
shí fāxiàn húbànxiān de shǒuzhōng cángyǒu yìtiáo diànxiàn zhè jiù shì

病人 有 痠麻 感覺 的 原因。胡牛仙 的 神話[11] 只 維持 了
bìngrén yǒu suānmá gǎnjué de yuányīn húbànxiān de shénhuà zhǐ wéichí le

短 短 幾週 就 結束 了。再 高明[12] 的 騙術[13] 還是 敵[14]不過
duǎnduǎn jǐzhōu jiù jiéshù le zài gāomíng de piànshù háishì díbúguò

現代 科技 的 進步。
xiàndài kējì de jìnbù

譯文：yìwén

Hồ Bán Tiên tự cho rằng hắn có siêu năng lực, chỉ cần chạm vào người là có thể chữa bệnh cho họ. Những người bệnh của hắn kể rằng, khi Hồ Bán Tiên chạm tay vào chỗ đau, họ cảm thấy có chút tê nhói. Do việc này hết sức thần kỳ, nên đã thu hút sự chú ý của nhiều phóng viên. Trong một lần phỏng vấn, Hồ Bán Tiên cuối cùng đã để lộ sơ hở. Khi phóng viên chiếu chậm cảnh quay hắn chữa bệnh cho người khác đã phát hiện trong tay Hồ Bán Tiên có giấu một sợi dây điện, đây chính là nguyên nhân khiến người bệnh cảm thấy tê nhói. Lời đồn về Hồ Bán Tiên chỉ được một thời gian ngắn là mất. Dù mánh khóe lừa bịp tài giỏi thế nào cũng không thắng nổi sự tiến bộ của công nghệ.

生詞 shēngcí — Từ vựng

1.	露出馬腳	lù chū mǎ jiǎo	lộ sơ hở, lòi đuôi
2.	隱藏	yǐncáng	ẩn trốn, che giấu
3.	披	pī	choàng trên vai, khoác lên
4.	裝飾	zhuāngshì	trang sức, trang trí
5.	假扮	jiǎbàn	đóng giả, hóa trang

43

6.	宣稱	xuānchēng	tự cho rằng, lên tiếng nói rằng
7.	超能力	chāonénglì	siêu năng lực
8.	觸摸	chùmō	tiếp xúc, chạm vào
9.	採訪	cǎifǎng	phỏng vấn
10.	播放	bòfàng	phát
11.	神話	shénhuà	thần thoại, truyền thuyết, chuyện hoang đường
12.	高明	gāomíng	cao minh, tài giỏi
13.	騙術	piànshù	mánh khóe lừa bịp
14.	敵	dí	địch, đối địch, đối kháng

【識 途 老 馬】¹
shì tú lǎo mǎ

Từ loại	Hàm ý	Ví dụ
Danh từ	+	〔某人〕是識途老馬

解釋：jiěshì

形 容 對 某件 事情 非常 熟悉，或 很 有 經驗 的人。
xíngróng duì mǒujiàn shìqíng fēicháng shúxī huò hěnyǒu jīngyàn de rén

就 像 年老 的 馬匹 認得 出 走過的 路 一般。
jiù xiàng niánlǎo de mǎpī rènde chū zǒuguòde lù yìbān

Giải thích: Diễn tả một việc nào đó rất quen thuộc hoặc một người có nhiều kinh nghiệm. Như ngựa già nhận ra được con đường đã đi qua vậy.

例文：lìwén

前天 我們 幾個 朋友 約好 一起 去 爬山， 忙 著
qiántiān wǒmen jǐge péngyǒu yuēhǎo yìqǐ qù páshān mángzhe

準備²的 同時，卻 忘了 注意 氣象³ 報導⁴。直到 進入 山區
zhǔnbèi de tóngshí què wàngle zhùyì qìxiàng bàodǎo zhídào jìnrù shānqū

之後，天色⁵ 突然 變得 昏暗⁶、下起 大雨，才 發現 情 況
zhīhòu tiānsè túrán biànde hūnàn xiàqǐ dàyǔ cái fāxiàn qíngkuàng

不妙。
búmiào

幸好 有 老張 這位 識途老馬 的 幫 忙 ，帶領
xìnghǎo yǒu lǎozhāng zhè wèi shì tú lǎo mǎ de bāngmáng dàilǐng

大家 避開 危險 路段，順利 下山，否則 我們 一定 沒有
dàjiā bìkāi wéixiǎn lùduàn shùnlì xiàshān fǒuzé wǒmen yídìng méiyǒu

辦法 平安 回來。說不定 還 會 因為 迷路[7]，而得 靠 直升機[8]
bànfǎ píngān huílái shuōbúdìng hái huì yīnwèi mílù ér děi kào zhíshēngjī

來 救援[9] 才能 下山，要是 真 上 了 電視，那 可 就 太
lái jiùyuán cáinéng xiàshān yào shì zhēn shàng le diànshì nà kě jiù tài

丟臉 了！
diūliǎn le

譯 文：yìwén

　　Hôm trước mấy người bạn chúng tôi hẹn nhau cùng đi leo núi, mải lo chuẩn bị nên đã quên không chú ý dự báo thời tiết. Sau khi vào trong núi, trời bỗng trở nên u ám, mưa ào xuống, lúc này mới nhận ra tình hình không ổn rồi. Cũng may có sự giúp đỡ của lão Trương lão luyện, dẫn mọi người tránh đoạn đường nguy hiểm, an toàn xuống núi, nếu không chúng tôi nhất định không thể an toàn trở về. Không chừng còn bị lạc, phải nhờ trực thăng cứu hộ mới có thể xuống núi, nếu bị quay lên truyền hình, lúc đó chắc mất mặt lắm!

Từ vựng

1.	識途老馬	shì tú lǎo mǎ	ngựa già quen đường, ý chỉ người lão luyện, có nhiều kinh nghiệm
2.	裝備	zhuāngbèi	trang bị
3.	氣象	qìxiàng	khí tượng
4.	報導	bàodǎo	báo cáo, thông báo
5.	天色	tiānsè	sắc trời, ý chỉ trời sáng tối, hay sự thay đổi của thời tiết
6.	昏暗	hūnàn	tối, mờ mịt, u ám
7.	迷路	mílù	lạc đường
8.	直升機	zhíshēngjī	trực thăng
9.	救援	jiùyuán	cứu hộ

數字篇

① 【一見鍾情】[1]
yí jiàn zhōng qíng

Từ loại	Hàm ý	Ví dụ
Danh từ	+	相信一見鍾情嗎？

解釋： jiěshì

第一次　見面[2]　就　覺得　喜歡，　通常[3]　是　指　男　女　之間[4]　的
dìyícì 　jiànmiàn 　jiù 　juéde 　xǐhuān 　tōngcháng 　shì 　zhǐ 　nán 　nǚ 　zhījiān 　de

愛情[5]。
àiqííng

Giải thích: Nhất kiến chung tình, vừa gặp đã yêu, thường chỉ tình cảm nam nữ.

例文： lìwén

　　心理學家[6]　做　了　一項　研究[7]，　發現　人們　在　第一次　見　面
　　xīnlǐxuéjiā 　zuò 　le 　yíxiàng yánjiù 　fāxiàn rénmen zài 　dìyícì 　jiànmiàn

的　時候，最　開始　的　四十五秒　非常　重　要。如果　在　這
de shíhòu 　zuì kāishǐ de 　sìshíwǔmiǎo 　fēicháng 　zhòngyào 　rúguǒ zài zhè

四十五秒　內，可以　讓　對方　留下[8]　好　的　印象[9]，之後　就　能
sìshíwǔmiǎo nèi 　kěyǐ ràng 　duìfāng liúxià 　hǎo de 　yìnxiàng 　zīhòu jiù néng

發展[10] 出 不錯 的 關係。
fāzhǎng chū búcuò de guānxì

所以， 浪漫 的愛情故事， 常 常 都 從一見
suǒyǐ làngmàn de àiqíng gùshì chángcháng dōu cóng yí jiàn

鍾 情 開始。白雪公主 吃了 有毒[11] 的 蘋果，躺[12]在 玻璃[13]
zhōng qíng kāishǐ báixuěgōngzhǔ chīle yǒudú de píngguǒ tǎng zài bōlí

棺木[14]裡，白馬王子
guānmù lǐ bǎimǎwángzǐ

一 看 到 她 就 愛上
yí kàn dào tā jiù àishàng

了 她。灰姑娘 跳完
le tā huīgūniáng tiàowán

舞 就 逃走，只 留下
wǔ jiù táozǒu zhǐ liúxià

一只 玻璃鞋，城堡[15]裡
yìzhǐ bōlixié chéngbǎo lǐ

的 王子 還是 下定
de wángzǐ háishì xiàdìng

決心[16] 到處 去 找 她。
juéxīn dàochù qù zhǎo tā

因為，在 第一次 見面
yīnwèi zài dìyícì jiànmiàn

的 前 四 十 五 秒，
de qián sì shí wǔ miǎo

愛情 就 發生 了。
àiqíng jiù fāshēng le

譯文：yìwén

　　Nhà tâm lý học đã làm một nghiên cứu, phát hiện rằng trong lần đầu gặp gỡ, 45 giây đầu rất quan trọng. Nếu trong 45 giây này có thể gây ấn tượng cho đối phương, sau này có thể sẽ phát triển một mối quan hệ tốt. Vì vậy, trong những câu chuyện tình yêu lãng mạn, thường bắt đầu từ những cái nhìn đầu tiên. Bạch Tuyết ăn một quả táo độc, nằm trong một quan tài bằng kính, bạch mã hoàng tử vừa nhìn thấy cô đã đem lòng yêu. Cô bé Lọ Lem sau khi khiêu vũ liền chạy đi, chỉ để lại một chiếc giày pha lê, hoàng tử trong lâu đài vẫn quyết tâm đi khắp nơi tìm kiếm cô ấy. Chính vì, trong 45 giây đầu của lần gặp gỡ đầu tiên, tình yêu đã bắt đầu rồi.

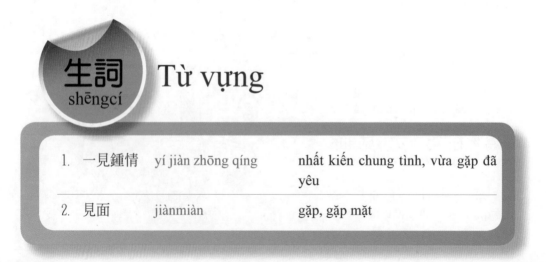
生詞 shēngcí　Từ vựng

1.	一見鍾情	yí jiàn zhōng qíng	nhất kiến chung tình, vừa gặp đã yêu
2.	見面	jiànmiàn	gặp, gặp mặt

3.	通常	tōngcháng	thông thường, thường thường
4.	之間	zhījiān	giữa
5.	愛情	àiqíng	tình yêu
6.	心理學家	xīnlǐxúejiā	nhà tâm lý học
7.	研究	yánjiù	nghiên cứu
8.	留下	liúxià	để lại, lưu lại
9.	印象	yìnxiàng	ấn tượng
10.	發展	fāzhǎn	phát triển
11.	毒	dú	độc, chất độc
12.	躺	tǎng	nằm
13.	玻璃	bōli	kính, thủy tinh, pha lê
14.	棺木	guānmù	quan tài
15.	城堡	chéngbǎo	lâu đài
16.	決心	juéxīn	quyết tâm

② 【百聞不如一見】¹
bǎi wén bù rú yí jiàn

Từ loại	Hàm ý	Ví dụ
Cụm từ	+	來到這裡，才知道什麼是百聞不如一見。

解釋：jiěshì

聽　別人　說　了 很多次，不如² 自己 去 看一次。形容　　親眼³
tīng biérén shuō le hěnduōcì　bùrú　zìjǐ qù kànyícì xíngróng　qīngyǎn

所 看到 的 東西，讓 人 印象　更 深刻，更 覺得 眞實⁴。
suǒ kàndào de dōngxi ràng rén yìnxiàng gèng shēnkè　gèng juéde zhēnshí

Giải thích: Nghe người khác kể lại rất nhiều lần vẫn không bằng tận mắt nhìn thấy một lần. Diễn tả khi tận mắt nhìn thấy sẽ để lại ấn tượng sâu sắc hơn, thực tế hơn.

例文：lìwén

　　老 王　和 老李 來到 一間 美術館⁵，裡面 正 在
　　Lǎo Wáng　hàn Lǎo Lǐ láidào yìjiān měishùguǎn　lǐmiàn zhèngzài

展出⁶　抽象派⁷ 的 藝術品⁸。雖然 他們 看不懂，但是 也
zhǎnchū chōuxiàngpài de yìshùpǐn　suīrán tāmen kànbùdǒng　dànshì yě

不想 在 朋友 面前 丟臉[9]，只好 裝作[10] 很有 興趣
bùxiǎng zài péngyǒu miànqián diūliǎn zhǐhǎo zhuāngzuò hěn yǒu xìngqù

的 樣子。 老 王 說：「百 聞 不如 一見，這些 藝術品 真是
de yàngzi Lǎo Wáng shuō bǎi wén bù rú yí jiàn zhèxiē yìshùpǐn zhēnshì

太 美 了。」 老李 說：「是 呀，以前 只有 在 書本 裡
tài měi le Lǎo Lǐ shuō shì ā yǐqián zhǐyǒu zài shūběn lǐ

看過，能 親眼 看見 實在 太 棒 了。」
kànguò néng qīngyǎn kàijiàn shízài tài bàng le

　　　　逛著[11] 逛 著，他們 發現 了一塊 掛 在 牆 上 的
guàngzhe guàngzhe tāmen fāxiàn le yí kuài guà zài qiáng shàng de

塑膠[12] 板。 老 王 說：「哇！這個 作品 真是 太棒 了！
sùjiāo bǎn Lǎo Wáng shuō wā zhège zuòpǐn zhēnshì tàibàng le

不管 是 顏色 或是 形 狀，都 那麼 搶眼[13]。」老李 聽
bùguǎn shì yánsè huòshì xiíngzhuàng dōu nàme qiǎngyǎn Lǎo Lǐ tīng

了，也 跟著 說：「是 啊！看 了 這麼 多，我 最 喜歡 這
le yě gēnzhe shuō shì ā kàn le zhème duō wǒ zuì xǐhuān zhè

一件 作品[14]。」兩個人 決定 問問 解說員[15]，這件 作品
yíjiàn zuòpǐn liǎngge rén júedìng wènwèn jiěshuōyuán zhè jiàn zuòpǐn

叫 什麼 名字。解說員 回答：「喔！這東西 叫做 電源[16]
jiào shénme míngzi jiěshuōyuán huídá ō zhè dōngxi jiàozuò diànyuán

的 總 開關[17]。」
de zǒng kāiguān

譯文：yìwén

　　Lão Vương và lão Lý cùng đến một triển lãm mỹ thuật, bên trong trưng bày nhiều tác phẩm nghệ thuật trừu tượng. Tuy họ xem không hiểu, nhưng vì không muốn mất mặt trước bạn bè, đành giả vờ ra vẻ rất hứng thú. Lão Vương nói: "Trăm nghe không bằng một thấy, những tác phẩm nghệ thuật thật sự rất đẹp." Lão Lý nói: "Đúng vậy, trước đây chỉ thấy trong sách, nay có thể tận mắt nhìn thấy thật sự rất tuyệt vời!" Dạo một hồi, họ nhìn thấy một tấm nhựa treo trên tường. Lão Vương nói: "Wow, tác phẩm này thật tuyệt! Màu sắc hoặc hình dạng đều rất bắt mắt!" Lão Lý nghe xong, cũng nói theo: "Đúng vậy, xem nhiều tác phẩm vậy, tôi thích nhất tác phẩm này." Hai người quyết định hỏi người diễn giải, tác phẩm này tên là gì. Người diễn giải trả lời: "Ồ, cái này gọi là công tắc điện."

生詞 shēngcí **Từ vựng**

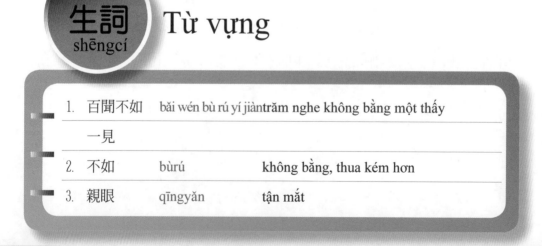

1.	百聞不如一見	bǎi wén bù rú yí jiàn	trăm nghe không bằng một thấy
2.	不如	bùrú	không bằng, thua kém hơn
3.	親眼	qīngyǎn	tận mắt

4.	眞實	zhēnshí	chân thật, chân thực
5.	美術館	měishùguǎn	triển lãm mỹ thuật
6.	展出	zhǎnchū	triển lãm, trưng bày
7.	抽象派	chōuxiàngpài	phái trừu tượng
8.	藝術品	yìshùpǐn	tác phẩm nghệ thuật
9.	丟臉	diūliǎn	mất mặt, bẽ mặt
10.	裝作	zhuāngzuò	giả vờ, ra vẻ
11.	逛	guàng	đi dạo
12.	塑膠	sùjiāo	nhựa, chất dẻo
13.	搶眼	qiǎngyǎn	bắt mắt
14.	作品	zuòpǐn	tác phẩm
15.	解說員	jiěshuōyuán	người diễn giải, người thuyết minh, người giải thích
16.	電源	diànyuán	nguồn điện
17.	總開關	zǒngkāiguān	công tắc chính

3 【一箭雙鵰】[1]
yí jiàn shuāng diāo

Từ loại	Hàm ý	Ví dụ
Động từ	+	我來到臺灣，既能學好中文，又能交到好朋友，真是一箭雙鵰。

解釋：jiěshì

只 射[2]出 一支 箭[3]，卻 同時 射中 兩 隻 鳥。用 來 比喻 做
zhǐ shèchū yìzhī jiàn què tóngshí shèzhòng liǎng zhī niǎo yòng lái bǐyù zuò

一件 事情，可以 同時 達到[4] 兩 種 目的[5]。
yíjiàn shìqíng kěyǐ tóngshí dádào liǎngzhǒng mùdì

Giải thích: Chỉ bắn một mũi tên nhưng đồng thời trúng hai con nhạn. Dùng để chỉ một công đôi việc.

例文：lìwén

阿華 胖胖 的，但是 她 的 夢 想 是 成為[6]
Ā Huá pàngpàng de dànshì tā de mèngxiǎng shì chéngwéi

模特兒。因為 當 了 模特兒 之後，不但 可以 變成 大家
mótèer yīnwèi dāng le mótèer zhīhòu búdàn kěyǐ biànchéng dàjiā

都 認識 的 名人，還 可以 賺 很多 錢。同時 擁有[7] 名氣
dōu rènshì de míngrén hái kěyǐ zhuàn hěn duō qián tóngshí yǒngyǒu míngqì

和 金錢，看來 眞是 個 一箭 雙 鵰 的 好 主意[8]。爲 了
hàn jīnqián kàn lái zhēnshì ge yí jiàn shuāng diāo de hǎo zhǔ yì wèi le

想 快點 瘦 下來，阿華 問 她 的 爸爸 有 沒 有 什麼 好
xiǎng kàidiǎn shòu xiàlái Ā Huá wèn tā de bàba yǒu méi yǒu shénme hǎo

方法。
fāngfǎ

華爸：我 知道 有 一種 運動 很 有效[9]。
Huábà wǒ zhīdào yǒu yìzhǒng yùndòng hěn yǒuxiào

阿華：眞 的 嗎？快 告訴 我 怎麼 做。
Ā Huá zhēn de ma kài kàosù wǒ zěnme zuò

華爸：妳 只要 把 頭 從 左邊 轉 到 右邊，再 從
Huábà nǐ zhǐyào bǎ tóu cóng zuǒbiān zhuǎn dào yòubiān zài cóng

右邊 轉 回左邊，這樣 就 可以 了。
yòubiān zhuǎn huí zuǒbiān zhèyàng jiù kěyǐ le

阿華：這麼 簡單[10]！那 我 一 天 要 做 幾 次 呢？
Ā Huá zhème jiǎndān nà wǒ yì tiān yào zuò jǐ cì ne

華爸：看到 食物 的 時候 就 開始 做，一直 做 到 食物 被
Huábà kàndào shíwù de shíhòu jiù kāishǐ zuò yìzhí zuò dào shíwù bèi

別人 吃完 就 可以 了。
biérén chīwán jiù kěyǐ le

譯文：yìwén

A Hoa hơi mập, nhưng ước mơ của em là trở thành người mẫu. Vì sau khi trở thành người mẫu, không chỉ trở thành người nổi tiếng ai cũng biết, còn có thể kiếm được nhiều tiền. Vừa được nổi tiếng vừa có tiền, xem ra đây là ý kiến hay một công đôi việc. Vì muốn nhanh chóng ốm lại, A Hoa hỏi ba của em xem có cách hay nào không.

Ba của Hoa: "Ba biết có một bài tập rất hiệu quả."

A Hoa: "Thật ư? Mau cho con biết đi."

Ba của Hoa: "Con chỉ cần xoay đầu từ trái sang phải, rồi lại từ phải sang trái là được."

A Hoa: "Đơn giản vậy ư! Vậy mỗi ngày con phải làm mấy lần?"

Ba của Hoa: "Khi con thấy đồ ăn thì bắt đầu làm, làm đến khi mọi người ăn hết là được."

生詞 shēngcí Từ vựng

1.	一箭雙鵰	yí jiàn shuāng diāo	một mũi tên trúng hai con nhạn, một công đôi việc
2.	射	shè	bắn
3.	箭	jiàn	tên, mũi tên
4.	達到	dádào	đạt được, đạt đến

5.	目的	mùdì	mục đích
6.	成為	chéngwéi	trở thành, trở nên
7.	擁有	yǒngyǒu	có
8.	主意	zhǔyì	chủ ý, chủ kiến, suy nghĩ
9.	有效	yǒuxiào	có hiệu quả
10.	簡單	jiǎndān	đơn giản

④ 【顛三倒四】[1]
diān sān dǎo sì

Từ loại	Hàm ý	Ví dụ
Tính từ	-	〔某人〕講話非常顛三倒四

解釋：jiěshì

形容　說話　或是　做事情　混亂[2]而　沒有　條理[3]，就　好
xíngróng shuōhuà huòshì zuòshìqíng hùnluàn ér méiyǒu tiáolǐ jiù hǎo

像　把　三　說　成　四，把　四　說　成　三，順序[4] 顛倒[5]　了
xiàng bǎ sān shuōchéng sì bǎ sì shuōchéng sān shùnxù diāndǎo le

一樣。
yíyàng

Giải thích: Diễn tả lời nói hoặc hành động lộn xộn không có quy tắc, ví dụ nói 3 thành 4, nói 4 thành 3, thứ tự bị đảo lộn cả.

例文：liwén

老　王　到他家巷子口的　餐廳　吃飯，結果　喝醉
Lǎo Wáng dào tā jiā xiàngzikǒu de cāntīng chīfàn jiéguǒ hēzuì

了。吃完飯　走　到　門口，老　王　已經　搞不清楚　自己　在
le chīwán fàn zǒu dào ménkǒu Lǎo Wáng yǐjīng gǎobùqīngchǔ zìjǐ zài

哪裡，以為離家很遠，所以攔6了一台
nǎlǐ   yǐwéi   lí jiā hěn yuǎn   suǒyǐ lán le yì tái

計程車，想 坐車回家。
jìchéngchē   xiǎng zuòchē huíjiā

老王 上了車，司機 問 他：「先生，要去 哪裡？」
Lǎo Wáng shàngle chē   sījī wèn tā   xiān shēn yào qù nǎlǐ

老王 說：「往 前直走……不對，好像 要先 右 轉，
Lǎo Wáng shuō   wǎng qián zhí zǒu   búduì hǎoxiàng yào xiān yòuzhuǎn

嗯，還是要 先 左 轉 呢？」司機 看老 王 滿臉 通紅7，
ēn   háishì yào xiān zuǒzhuǎn ne   sījī kàn Lǎo Wáng mǎnliǎn tōnghóng

說話 顛三倒四的樣子，就 問他說：「先 生，請 問
shuōhuà diān sān dǎo sì de yàngzi jiù wèn tā shuō   xiān shēn qǐng wèn

你要去的地方地址是……」老 王 說：「我要去
nǐ yào qù de dìfāng dìzhǐ shì   Lǎo Wáng shuō   wǒ yào qù

長安街。」司機 覺得 很 奇怪，說：「這裡就是 長安街
Chángān Jiē   sījī juéde hěn qíguài shuō   zhèlǐ jiù shì Chángān Jiē

啊！」 老 王 聽了，從 口袋8裡拿出一百塊 錢給司機
ā   Lǎo Wáng tīngle cóng kǒudài lǐ náchū yì bǎi kuài qián gěi sījī

說：「想不到 這麼 快 就 到了！年輕人，開車 不要 開太
shuō xiǎngbúdào zhème kuài jiù dào le   niánqīngrén   kāichē búyào kāi tài

快，危險 啊！」其實，計程車 一直 停 在原地9，根本 沒有
kuài wéixiǎn ā   qíshí jìchéngchē yìzhí tíng zài yuándì gēnběn méiyǒu

移動10。
yídòng

63

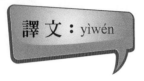

譯文：yìwén

　　Lão Vương đến tiệm ăn trong hẻm nhà mình ăn cơm, rồi uống đến say. Sau khi ăn xong đi ra cửa, lão Vương đã không còn biết mình đang ở đâu, nghĩ rằng ở cách nhà rất xa, nên đã bắt một chiếc taxi, định ngồi xe về nhà. Lão Vương vừa lên xe, tài xế hỏi: "Ông muốn đi đâu?" Lão Vương nói: "Đi thẳng, à không, hình như rẽ phải trước, ừ, hay là rẽ trái trước nhỉ?" Tài xế nhìn thấy lão Vương mặt đỏ bừng, nói năng lộn xộn, liền hỏi tiếp: "Địa chỉ ông muốn đến là …?" Lão Vương nói: "Tôi muốn đến đường Trường An." Tài xế thấy rất kỳ lạ và nói: "Đây là đường Trường An mà!" Lão Vương nghe xong, liền lấy trong túi ra 100 tệ đưa tài xế rồi nói: "Không ngờ mới đó đã đến rồi! Anh bạn trẻ, đừng lái xe nhanh quá, nguy hiểm lắm!" Thật ra, xe taxi vẫn ở nguyên tại chỗ, vốn chưa hề di chuyển.

生詞
shēngcí
Từ vựng

1.	顛三倒四	diān sān dǎo sì	lộn xộn, bừa bãi, mất trật tự
2.	混亂	hùnluàn	hỗn loạn, lộn xộn
3.	條理	tiáolǐ	thứ tự, trật tự, mạch lạc

4.	順序	shùnxù	thứ tự
5.	顛倒	diāndǎo	thứ tự đảo lộn, ngã nghiêng
6.	攔	lán	chặn, chắn, ngăn cản
7.	滿臉通紅	mǎnliǎn tōnghóng	mặt đỏ bừng
8.	口袋	kǒudài	túi áo, túi quần
9.	原地	yuándì	tại chỗ, chỗ cũ, vị trí cũ
10.	移動	yídòng	di chuyển

⑤【五花八門】[1]
wǔ huā bā mén

Từ loại	Hàm ý	Ví dụ
Tính từ	+	種類五花八門

解釋：jiěshì

比喻 事物[2] 的 種類 很多。「五花」[3] 和「八門」是 古時候
bǐyù shìwù de zhǒnglèi hěn duō wǔ huā hàn bā mén shì gǔshíhòu

軍隊[4] 作戰[5] 排的 兩 種 陣法[6] 名 稱，隊形[7] 充 滿
jūnduì zuòzhàn pái de liǎngzhǒng zhènfǎ míngchēng duìxíng chōngmǎn

變化[8]。
biànhuà

Giải thích: Diễn tả sự vật đa dạng đủ loại. "Ngũ Hoa" và "Bát Môn" là tên gọi của hai trận pháp của quân đội tác chiến vào thời cổ, đội hình biến hóa liên tục.

例文：lìwén

生意人[9] 爲了 能 夠 順利[10] 推出[11] 自己 的 商品，一定 要
shēnyìrén wèile nénggòu shùnlì tuīchū zìjǐ de shāngpǐn yídìng yào

了解 流行 趨勢[12]，因為 這樣 才 能 抓住[13] 賺 錢[14] 的 機會。
liǎojiě líuxíng qūshì　yīnwèi zhèyàng cái néng zhuāzhù zhuànqián　de　jīhuì

現在，大部分 的 人 都 覺得 瘦[15] 才 好 看，所以 市 場 上
xiànzài　dàbùfèng de rén dōu juéde　shòu cái hǎo kàn　suǒyǐ　shìchǎng shàng

就 出 現 了 五 花 八 門 的 減肥法，還 發明[16] 一 種 減肥[17]
jiù chūxiàng le wǔ huā bā mén de jiǎnféifǎ　hái fāmíng yìzhǒng　jiǎnféi

眼鏡[18]，它 的 鏡片[19] 是 藍色 的。據說 藍色 可以 讓 食物
yǎnjìng　tā de　jìngpiàn shì lánsè de　jùshuō lánsè kěyǐ ràng shíwù

看起來 不 好 吃，所以 戴 上 了 這 種 眼鏡，食量[20] 就 會
kànqǐlái　bù hǎo chī　suǒyǐ dàishàng le zhè zhǒng yǎnjìng shíliàng　jiù huì

變 小。還 有人 發明 了 一 種 減肥碗，碗裡 有 鏡子，只要
biànxiǎo　hái yǒurén fāmíng le yìzhǒng jiǎnféiwǎn　wǎnlǐ yǒu jìngzi　zhǐyào

裝 進 去 半碗飯，看起來 就 像 是 一大碗，所以 吃了 兩 碗
zhuāngjìnqù bànwǎnfàn　kàiqǐlái jiù xiàng shì yídàwǎn　suǒyǐ chīle liǎngwǎn

飯 其實 只 吃 一碗。其他 還 有 像 減肥 拖鞋[21]、減肥椅、
fàn qíshí zhǐ chī yìwǎn　qítā hái yǒu xiàng jiǎnféi tuōxié　jiǎnféiyǐ

減肥糖……等等，這麼 多 減肥 用品[22]，到底 哪 一 種 最
jiǎnféitáng　děngděng zhème duō jiǎnféi yòngpǐn　dàodǐ nǎ yìzhǒng zuì

有效，只有 用 過 的 人 才 知道 了。
yǒuxiào　zhǐyǒu yòngguò de rén cái zhīdào le

Người làm ăn muốn phát triển sản phẩm của mình, nhất định phải hiểu xu hướng thị trường, vì như thế mới có thể nắm bắt cơ hội kiếm tiền. Ngày nay, hầu hết mọi người đều cảm thấy ốm mới đẹp, nên trên thị trường đã xuất hiện đủ loại đủ cách giảm cân, còn phát minh ra một loại kính giảm cân, tròng kính màu xanh dương. Nghe nói màu xanh sẽ khiến thức ăn nhìn có vẻ không ngon, nên sau khi đeo kính vào, sức ăn sẽ giảm. Còn có người phát minh ra chén giảm cân, trong tô có một cái gương, chỉ cần xới nửa chén nhưng nhìn lại có vẻ như một chén to, nên khi ta ăn hai chén thực chất chỉ ăn có một chén thôi. Những loại khác còn có dép giảm cân, ghế giảm cân, đường giảm cân, vv.., nhiều loại sản phẩm giảm cân như vậy, rốt cuộc loại nào mới có hiệu quả, chỉ có người dùng qua rồi mới biết được.

1.	五花八門	wǔ huā bā mén	đa dạng, đủ kiểu đủ loại
2.	事物	shìwù	sự vật
3.	五花	wǔhuā	ngũ hoa

4.	軍隊	jūnduì	quân đội
5.	作戰	zuòzhàn	tác chiến
6.	陣法	zhènfǎ	trận pháp
7.	隊形	duìxíng	đội hình
8.	變化	biànhuà	biến hóa, thay đổi
9.	生意人	shēnyìrén	người buôn bán, làm ăn
10.	順利	shùnlì	thuận lợi
11.	推出	tuīchū	phát hành, giới thiệu ra
12.	趨勢	qūshì	xu thế, xu hướng
13.	抓住	zhuāzhù	nắm bắt
14.	賺錢	zhuànqián	kiếm tiền
15.	瘦	shòu	ốm
16.	發明	fāmíng	phát minh
17.	減肥	jiǎnféi	giảm cân
18.	眼鏡	yǎnjìng	mắt kính
19.	鏡片	jìngpiàn	tròng kính, thấu kính
20.	食量	shíliàng	lượng ,sức ăn
21.	拖鞋	tuōxié	dép, dép lê
22.	用品	yòngpǐn	đồ dùng, vật dụng

6 【七上八下】[1]
qī shàng bā xià

Từ loại	Hàm ý	Ví dụ
Tính từ	+/-	心裡七上八下

解釋：jiěshì

形容 非常 緊張、很擔心的樣子。完整 的說法是
xíngróng fēicháng jǐngzhāng hěn dānxīn de yàngzi wán zhěng de shuōfǎ shì

「十五個 吊桶[2] 打水，七 上 八 下」，指 心 跳得 很 快，
shíwǔge diàotǒng dǎshuǐ qī shàng bā xià zhǐ xīn tiàode hěn kuài

噗 嗵 噗 嗵 上 下 跳動，就 像 十五個 掛著 的 水 桶，
pū tōng pū tōng shàngxià tào dòng jiù xiàng shíwǔge guàzhe de shuǐ tǒng

有 的 高，有 的 低，上 下 晃 動[3]，不 能 平靜。
yǒu de gāo yǒu de dī shàngxià huàngdòng bù néng píngjìng

Giải thích: Diễn tả dáng vẻ cực kỳ căng thẳng, lo lắng. Cách nói hoàn chỉnh là "Mười lăm thùng treo chứa nước, bảy thùng trên tám thùng dưới", ý chỉ nhịp tim đập rất nhanh, hổn hển, như mười lăm thùng treo chứa nước, có thùng cao, có thùng thấp, trên dưới lắc lư, không thể giữ yên được.

小李 有 一 天 加班[4] 到 很 晚，深夜[5] 十一 點 才 搭 最後
Xiǎo Lǐ yǒu yì tiān jiābān dào hěn wǎn shēnyè shí yī diǎn cái dā zuìhòu

一班 公車 回家。因為 實在 太累，所以 就 在 車上 睡 著
yì bān gōngchē huíjiā yīnwèi shízài tài lèi suǒyǐ jiù zài chēshàng shuìzháo

了。不久 之後 他 醒
le bùjiǔ zhīhòu tā xǐng

了，發現 車子 在 一條
le fāxiàn chēzi zài yìtiáo

隧道[6] 裡 停 了 下來，
suìdào lǐ tíng le xiàlái

而且 車 上 的 乘客[7]
érqiě chēshàng de chéngkè

少 了 一半。他 想 起
shǎo le yíbàn tā xiǎngqǐ

有 關於 這 條 隧道
yǒu guānyú zhè tiáo suìdào

的 恐怖 故事，心 裡
de kǒngbù gùshì xīn lǐ

覺得 很 害怕，所以
juéde hěn hàipà suǒyǐ

趕快[8] 把 眼睛 又 閉
gǎnkuài bǎ yǎnjīng yòu bì

了 起來。
le qǐlái

過 了一會兒，他 把 眼睛 張 開，發現 車子 還 停在
guò le yìhuǐer tā bǎ yǎnjīng zhāngkāi fāxiàn chēzi hái tíngzài

隧道裡，而且 乘客 都 不見 了，他的 心裡 七 上 八 下
suìdàolǐ érqiě chéngkè dōu bújiàn le tā de xīnlǐ qī shàng bā xià

的，不 知道 到底 發生 了 什麼 事。突然，公車司機[9] 離開
de bù zhīdào dàodǐ fāshēng le shénme shì túrán gōngchēsījī líkāi

座位 向 他 走 來， 手 上 還 拿了 一支 螺絲起子[10]，
zuòwèi xiàng tā zǒu lái shǒushàng hái nále yìzhī luósīqǐzi

表情[11] 看起來 很 生氣。小 李 嚇得 臉色 發白[12]， 正 準備
biǎoqíng kànqǐlái hěn shēngqì Xiǎo Lǐ xiàde liǎnsè fābái zhèng zhǔnbèi

要 大叫 時，公車 司機 開口 說話 了：「年輕人，車子
yào dàjiào shí gōngchē sījī kāikǒu shuōhuà le niánqīngrén chēzi

拋錨[13] 了，大家 都 下去 推[14]車，你 還 想 裝[15] 睡 到 什麼
pāomáo le dàjiā dōu xiàqù tuīchē nǐ hái xiǎng zhuāng shuì dào shénme

時候！」
shíhòu

譯 文：yìwén

　　Tiểu Lý một hôm nọ tăng ca đến khuya, 11 giờ tối mới đón chuyến xe buýt cuối cùng về nhà. Vì quá mệt nên vừa lên xe cậu đã ngủ ngay. Không lâu sau cậu tỉnh giấc, phát hiện xe đang dừng trong một đường hầm, hơn nữa hành khách trên xe chỉ còn một nửa. Cậu nhớ lại những câu chuyện kinh dị về đoạn đường hầm này, trong lòng cảm thấy rất sợ hãi, nên vội vàng nhắm mắt lại. Một lúc sau, cậu mở mắt ra, lại thấy xe vẫn đậu trong đường hầm, nhưng hành khách trên xe không thấy ai nữa. Trong lòng cậu lo lắng thấp thỏm, không biết đã xảy ra chuyện gì. Đột nhiên, tài xế xe buýt rời khỏi chỗ ngồi đi về phía cậu, trên tay cầm một cái tua vít, nét mặt giận dữ. Tiểu Lý sợ đến mặt tái đi, lúc chuẩn bị hét lên thì tài xế xe buýt mới nói: "Anh bạn trẻ, xe hỏng rồi, mọi người đều xuống đẩy xe, cậu còn giả bộ ngủ đến bao giờ!".

生词 shēngcí   Từ vựng

1.	七上八下	qī shàng bā xià	nhấp nha nhấp nhỏm, hồi hộp lo âu
2.	吊桶	diàotǒng	thùng treo, gàu treo
3.	晃動	huàngdòng	lắc lư, đung đưa
4.	加班	jiābān	tăng ca
5.	深夜	shēnyè	đêm khuya
6.	隧道	suìdào	đường ngầm
7.	乘客	chéngkè	hành khách (đi tàu, đi xe…)
8.	趕快	gǎnkuài	nhanh chóng, khẩn trương

9.	司機	sījī	tài xế
10.	螺絲起子	luósīqǐzi	cái tua vít
11.	表情	biǎoqíng	biểu cảm, nét mặt
12.	臉色發白	liǎnsè fābái	mặt trắng bệch
13.	拋錨	pāomáo	1.thả neo, bỏ neo 2.hư hỏng, chết máy
14.	推	tuī	đẩy
15.	裝	zhuāng	đựng, chứa

7 【一言九鼎】[1]
yì yán jiǔ dǐng

Từ loại	Hàm ý	Ví dụ
Tính từ	+	他是一言九鼎的人

解釋：jiěshì

鼎[2] 是 古代[3] 用 青銅[4] 所做 的 大鍋子[5]，重量[6] 很 重，
dǐng shì gǔdài yòng qīngtóng suǒzuò de dàguōzi zhòngliàng hěn zhòng

不容易 搬動。而 一言 九 鼎 乃是 形容 一句 話的 分量[7]
bù róngyì bāndòng ér yì yán jiǔ dǐng nǎishì xíngróng yíjù huà de fēnliàng

像 九個 鼎 那麼 重，用來 比喻 說話 很有 分量，
xiàng jiǔge dǐng nàme zhòng yònglái bǐyù shuōhuà hěn yǒu fēnliàng

具有 影 響 力，也 可以 用來 表示 說話 很有 信用[8]。
jù yǒu yǐngxiǎng lì yě kěyǐ yònglái biǎoshì shuōhuà hěn yǒu xìnyòng

Giải thích: Đỉnh là một trọng khí làm bằng đồng vào thời xưa, đỉnh rất nặng, không dễ dàng di chuyển được. Nhất ngôn cửu đỉnh ý chỉ một lời nói ra nặng như sức nặng của 9 cái đỉnh, dùng để ẩn dụ lời nói rất có trọng lượng, có sức ảnh hưởng, cũng có thể dùng để diễn tả lời nói rất có giá, đáng tin cậy.

例文：lìwén

臺灣 的 王 永 慶 先 生 是 一位 成 功 的 企業家[9]。
Táiwān de Wáng Yǒngqìng xiānshēng shì yíwèi chénggōng de qìyèjiā

西元 一 九 七 四 年， 王 先 生 所 經營[10] 的 公司 爲了
xīyuán yī jiǔ qī sì nián Wáng xiānshēng suǒ jīngyíng de gōngsī wèile

得 到 更 多 的 資金[11]，所以 發行[12] 股票[13]。 沒 想 到 正 好
dé dào gèng duō de zījīn suǒyǐ fāxíng gǔpiào méixiǎngdào zhènghǎo

碰 上[14] 了 石油危機[15]，很 多 人 怕 買 股票 投資[16] 會 賠錢[17]，
pèngshàng le shíyóuwéijī hěn duō rén pà mǎi gǔpiào tóuzī huì péiqián

所以 不敢 買。爲了 讓 大家 放心， 王 先 生 向 大家
suǒyǐ bùgǎn mǎi wèile ràng dàjiā fàngxīn Wáng xiānshēng xiàng dàjiā

宣布[18]，他 保 證 不會 讓 買 股票 的 人 賠錢。過 了 不久，
xuānbù tā bǎozhèng búhuì ràng mǎi gǔpiào de rén péiqián guò le bùjiǔ

股票 的 價格 還是 下跌 了， 王 先 生 依照 約定[19]，
gǔpiào de jiàgé háishì xiàdié le Wáng xiānshēng yīzhào yuēdìng

把 股票 價格 的 差額[20] 退 給 買 股票 的 人， 總 共 花 了
bǎ gǔpiào jiàgé de chāé tuì gěi mǎi gǔpiào de rén zǒnggòng huāle

四千 多 萬。他 這 種 重視[21] 信用、說話 一 言 九 鼎
sìqiān duō wàn tā zhè zhǒng zhòngshì xìnyòng shuōhuà yì yán jiǔ dǐng

的 態度，讓 很 多 人 都 非常 佩服[22]。
de tàidù ràng hěn duō rén dōu fēicháng pèifú

王 永 慶 先 生 曾 經 告訴 記者，做 生 意 最
Wáng Yǒngqìng xiānshēng céngjīng gàosù jìzhě zuò shēngyì zuì

重要 的就是 信用。有了 信用， 才能 和別人
zhòngyào de jiù shì xìnyòng yǒu le xìnyòng cáinéng hàn biérén

競 爭。「服務 周到[23]，信用 第一」是 他 的 原則[24]，他
jìngzhēng fúwù zhōudào xìnyòng dìyī shì tā de yuánzé tā

成 功 的建立 自己 的 企業王國，被 人們 稱 爲 臺灣
chénggōng de jiànlì zìjǐ de qìyèwángguó bèi rénmen chēng wéi Táiwān

的「經營 之 神」。
de jīngyíng zhī shén

譯文：yìwén

　　Ông Vương Vĩnh Khánh là một nhà kinh doanh thành đạt. Năm 1974, công ty của ông Vương vì muốn nhận được nhiều tiền đầu tư hơn nên đã phát hành cổ phiếu. Không ngờ lúc đó đang khủng hoảng dầu mỏ, rất nhiều người sợ mua cổ phiếu đầu tư sẽ lỗ nên không dám mua. Để trấn an mọi người, ông Vương đã tuyên bố, ông bảo đảm sẽ không để người mua cổ phiếu bị mất tiền. Không lâu sau, giá cổ phiếu vẫn giảm, ông Vương vẫn theo đúng lời hứa, trả lại tiền chênh lệch cho người mua cổ phiếu, tổng cộng đã tiêu hơn 40 triệu tệ. Việc ông giữ chữ tín, lời nói nhất ngôn cửu đỉnh này đều khiến mọi người vô cùng khâm phục. Ông Vương từng chia sẻ với phóng viên, điều quan trọng nhất của kinh doanh là chữ tín. Khi đã có chữ tín, mới có thể cạnh tranh được với người khác. "Dịch vụ chu đáo, chữ tín hàng đầu" là nguyên tắc của ông, ông đã thành công gầy dựng nên một tập đoàn kinh doanh cho riêng mình, được mọi người gọi là "Thần kinh doanh" của Đài Loan.

生詞
shēngcí

Từ vựng

1.	一言九鼎	yì yán jiǔ dǐng	nhất ngôn cửu đỉnh, lời nói rất có giá trị, rất đáng tin
2.	鼎	dǐng	cái đỉnh, cái vạc
3.	古代	gǔdài	cổ đại, thời cổ
4.	青銅	qīngtóng	đồng thau, đồng đen
5.	大鍋子	dàguōzi	cái nồi lớn
6.	重量	zhòngliàng	trọng lượng
7.	分量	fènliàng	phân lượng, sức nặng
8.	信用	xìnyòng	tín dụng, chữ tín
9.	企業家	qìyèjiā	doanh nhân, nhà kinh doanh
10.	經營	jīngyíng	kinh doanh
11.	資金	zījīn	vốn, tiền đầu tư, quỹ
12.	發行	fāxíng	phát hành
13.	股票	gǔpiào	cổ phiếu
14.	碰上	pèngshàng	đụng trúng, gặp phải, va phải
15.	石油危機	shíyóuwéijī	khủng hoảng dầu mỏ
16.	投資	tóuzī	đầu tư

17.	賠錢	péiqián	mất tiền, đền tiền
18.	宣布	xuānbù	tuyên bố
19.	約定	yuēdìng	lời hứa
20.	差額	chāé	chênh lệch
21.	重視	zhòngshì	xem trọng
22.	佩服	pèifú	khâm phục
23.	服務周到	fúwùzhōudào	dịch vụ chu đáo
24.	原則	yuánzé	nguyên tắc

8 【十全十美】[1]
shí quán shí měi

Từ loại	Hàm ý	Ví dụ
Tính từ	+	這部作品十全十美

解釋: jiěshì

形容 事物 非常 完美[2]，沒有 缺點[3]。
xíngróng shìwù fēicháng wánměi méiyǒu quēdiǎn

Giải thích: Diễn tả sự vật hoàn hảo, không có tì vết nào.

例文: lìwén

有 一位 中年[4] 男子，一直 找不到 合適[5] 的 女朋友，
yǒu yíwèi zhōngnián nánzǐ yìzhí zhǎobúdào héshì de nǚpéngyǒu

於是[6] 他 來到 了 一間 婚姻[7] 介紹所[8]。推開[9] 大門 進去 之 後，
yúshì tā láidào le yìjiān hūnyīn jièshàosuǒ tuīkāi dàmén jìnqù zhī hòu

他 看到 了 兩 扇[10] 門，一扇 門 上 寫著「美麗的」，另 外
tā kàndào le liǎngshàn mén yíshàn mén shàng xiězhe měilì de lìng wài

一 扇 門 上 寫著「不 太 美麗 的」。男子 推開 「美麗的」
yí shàn mén shàng xiězhe bú tài měilì de nánzǐ tuīkāi měilì de

這 扇 門，進去 之後 又 看見 兩 扇 門，一 扇 門 上
zhè shàn mén jìnqù zhīhòu yòu kànjiàn liǎngshàn mén yíshàn mén shàng

寫著「年 輕 的」，另 一 扇 門 上 寫著「不 太 年 輕
xiězhe niánqīng de lìng yíshàn mén shàng xiězhe bú tài niánqīng

的」，男子 推開「年 輕 的」這 扇 門。就 這 樣，男子
de nánzǐ tuīkāi niánqīng de zhè shàn mén jiù zhèyàng nánzǐ

依照 他 的 理想，一路上 接連[11] 開了 九扇 門。當 他 打開
yīzhào tā de lǐxiǎng yílùshàng jiēlián kāile jiǔshàn mén dāng tā dǎkāi

最後 一扇 門 時，卻 發現 自己 已經 走到 了 出口，門 上
zuìhòu yíshàn mén shí què fāxiàn zìjǐ yǐjīng zǒudào le chūkǒu mén shàng

有 張 紙 寫著：「很 抱歉[12]！我 們 無法[13] 為您 服務[14]，因為
yǒuzhāng zhǐ xiězhe hěn bàoqiàn wǒmen wúfǎ wèinín fúwù yīnwèi

這 世界 上 沒有 十 全 十 美 的 人。」
zhè shìjiè shàng méiyǒu shí quán shí měi de rén

譯 文：yìwén

    Có một người đàn ông trung niên mãi không tìm được bạn gái, nên đã đến một trung tâm môi giới hôn nhân. Sau khi mở cửa chính, ông nhìn thấy hai cánh cửa khác, một cánh cửa trên đó viết "Người đẹp", còn cánh cửa kia viết "Người không đẹp". Người này mở cánh cửa "Người đẹp", sau khi bước vào lại thấy thêm hai cánh cửa nữa. Một viết "Người trẻ", một viết "Người không trẻ lắm", người này liền mở cánh cửa "Người trẻ". Cứ như vậy, người đàn ông này cứ theo lý tưởng của mình, liên tục mở ra 9 cánh cửa. Khi ông mở cánh cửa cuối cùng, phát hiện bản thân đã đứng ở lối ra, trên đó viết rằng: "Rất tiếc, chúng tôi không thể phục vụ bạn, vì trên đời này không có người nào thập toàn thập mỹ cả."

生詞 shēngcí **Từ vựng**

1.	十全十美	shí quán shí měi	thập toàn thập mỹ, hoàn hảo
2.	完美	wánměi	hoàn mỹ, hoàn hảo
3.	缺點	quēdiǎn	khuyết điểm, thiếu sót
4.	中年	zhōngnián	trung niên, đứng tuổi
5.	合適	héshì	thích hợp
6.	於是	yúshì	thế là, vậy nên
7.	婚姻	hūnyīn	hôn nhân
8.	介紹所	jièshàosuǒ	trung tâm giới thiệu
9.	推開	tuīkāi	đẩy ra, đẩy mở
10.	扇	shàn	quạt
11.	接連	jiēlián	liên tiếp, liên tục
12.	抱歉	bàoqiàn	xin lỗi, lấy làm tiếc
13.	無法	wúfǎ	không thể, không cách nào
14.	服務	fúwù	phục vụ

⑨【千言萬語】[1]
qiān yán wàn yǔ

Từ loại	Hàm ý	Ví dụ
Danh từ	+	說不出的千言萬語

解釋：jiěshì

一千句話 一萬句話[2]，形容 要 說 的 話 很多 很多。
yìqiānjù huà yíwànjù huà xíngróng yào shuō de huà hěnduō hěnduō

Giải thích: Một ngàn câu nói một vạn câu nói, diễn tả lời muốn nói rất nhiều rất nhiều.

例文：lìwén

　　九月 二十八 日 是 教師節[3]。在 這一天，學 生 會 寫
　　jiǔyuè èrshíbā rì shì jiàoshījié zài zhèyìtiān xuéshēng huì xiě

卡片[4] 給 他們 的 老師，表達 心 中 的 感謝[5]。小 明 準備
kǎpiàn gěi tāmen de lǎoshī biǎodá xīnzhōng de gǎnxiè Xiǎo Míng zhǔnbèi

了 一張 小 卡片，要 送給 教 了 他 兩年 的 阿芳 老師，
le yìzhāng xiǎo kǎpiàn yào sònggěi jiāo le tā liǎngnián de Ā Fāng lǎoshī

卡片 裡面 是 這樣 寫 的 ——
kǎpiàn lǐmiàn shì zhèyàng xiě de

親愛[6]的 阿芳 老師 您好：
qīnài de Ā Fāng lǎoshī nínhǎo

謝謝 老師 平日 對 我 的 教導[7] 和 照顧，因為 您 認真
xièxie lǎoshī píngrì duì wǒ de jiàodǎo hàn zhàogù yīnwèi nín rènzhēn

的 付出[8]，我 每天 都 很 快樂 的 學習。雖然 我 很 調皮[9]，
de fùchū wǒ měitiān dōu hěn kuàilè de xuéxí suīrán wǒ hěn tiáopí

可是 老師 總是 用 無比[10] 的 耐心 和 愛心[11] 來 包容[12]
kěshì lǎoshī zǒngshì yòng wúbǐ de nàixīn hàn àixīn lái bāoróng

我。 從 老師 的 身上，我 學到 了 很 多 做 人 做 事[13]
wǒ cóng lǎoshī de shēnshàng wǒ xuédào le hěn duō zuò rén zuò shì

的 道理[14]。我 對 老師 的 感謝，是 千 言 萬 語 也 說不完
de dàolǐ wǒ duì lǎoshī de gǎnxiè shì qiān yán wàn yǔ yě shuōbùwán

的。大家 都 說 「認真 的 女人 最美麗」，在 這個 特別
de dàjiā dōu shuō rènzhēn de nǚrén zuì měilì zài zhège tèbié

的 日子 裡，我 要 祝 最美麗 的 阿芳 老師，教師節
de rìzi lǐ wǒ yào zhù zuì měilì de Ā Fāng lǎoshī jiàoshījié

快樂。
kuàilè

學生 王 小明 敬上[15]
xuéshēng Wáng Xiǎomíng jìngshàng

Ngày 18 tháng 9 là ngày Lễ nhà giáo. Vào ngày này, học sinh thường viết thiệp gửi tặng thầy cô của mình, để bày tỏ lòng biết ơn. Tiểu Minh đã chuẩn bị một tấm thiệp, muốn tặng cho cô Phương đã dạy cậu 2 năm qua, trên thiệp viết:

Cô Phương kính mến,

Cảm ơn cô đã dạy dỗ và chăm sóc em trong những năm qua, nhờ có sự tận tụy của cô, mỗi ngày đi học em đều thấy rất vui. Tuy em rất nghịch ngợm, nhưng cô luôn kiên nhẫn, dùng tình yêu thương bao dung cho em. Em học được từ cô rất nhiều đạo lý sống. Lòng biết ơn của em dành cho cô, muôn vạn lời đều không thể nói hết. Mọi người đều nói "Người phụ nữ chăm chỉ luôn xinh đẹp nhất", vào ngày lễ đặc biệt này, em muốn gửi lời chúc đến cô Phương xinh đẹp, chúc cô ngày nhà giáo vui vẻ!

Tiểu Minh kính thư

生詞
shēngcí

Từ vựng

1.	千言萬語	qiān yán wàn yǔ	ngàn vạn lời muốn nói
2.	句話	jùhuà	lời nói, câu nói
3.	教師節	jiàoshījié	ngày Nhà Giáo
4.	卡片	kǎpiàn	thiệp
5.	感謝	gǎnxiè	cảm ơn
6.	親愛	qīnài	thân ái, thân mến
7.	教導	jiàodǎo	dạy dỗ, chỉ bảo
8.	付出	fùchū	công sức bỏ ra
9.	調皮	tiáopí	nghịch ngợm
10.	無比	wúbǐ	không ai bằng
11.	愛心	àixīn	lòng yêu thương, lòng nhân ái
12.	包容	bāoróng	bao dung
13.	做人做事	zuò rén zuò shì	làm người làm việc
14.	道理	dàolǐ	đạo lý
15.	敬上	jìngshàng	kính thư

⑩ 【讀萬卷書行萬里路】[1]
dú wàn juàn shū xíng wàn lǐ lù

Từ loại	Hàm ý	Ví dụ
Cụm từ	+	當學生既要讀萬卷書，也要行萬里路。

解釋：jiěshì

字 面 上 的 解 釋 是 讀 很 多 的 書，走 很 多 的 路。這 句 話
zìmiànshàng de jiěshì shì dú hěnduō de shū   zǒu hěnduō de lù   zhèjùhuà

通 常 用 來 鼓 勵[2] 人：一 方 面 要 多 讀 書，一 方 面[3] 要 多
tōngcháng yònglái gǔlì   rén   yìfāngmiàn yào duō dúshū   yìfāngmiàn yào duō

出 去 見 識[4] 外 面 的 世 界，讓 自 己 不 但 有 充 足[5] 的 知 識，
chūqù jiànshì wàimiàn de shìjiè ràng zìjǐ búdàn yǒu chōngzú de zhīshì

還 有[6] 豐 富 的 生 活[7] 經 驗。
háiyǒu fēngfù de shēnghuó jīngyàn

Giải thích: Nghĩa mặt chữ là đọc rất nhiều sách, đi rất nhiều nơi. Câu này thường dùng để khuyến khích mọi người: một mặt nên đọc nhiều sách, một mặt nên đi ra ngoài gặp gỡ thế giới bên ngoài, để bản thân không chỉ có nhiều kiến thức mà còn có nhiều kinh nghiệm sống phong phú.

例文：lìwén

小 英 去年 暑假[8] 去 紐西蘭 遊學[9]。和 一般 遊學 不
Xiǎo Yīng qùnián shǔjià qù Niǔxīlán yóuxué hàn yìbān yóuxué bù

一樣 的 是，她 除了 去 讀書 之外[10]，還 在 學校 附近 的
yíyàng de shì tā chúle qù dúshū zhīwài hái zài xuéxiào fùjìn de

餐廳 工作，這 就 是 現在 很 流行 的 打工[11] 遊學。 小 英
cāntīng gōngzuò zhè jiù shì xiànzài hěn liúxíng de dǎgōng yóuxué Xiǎo Yīng

到 餐廳 打工 雖然 賺 的 錢 不多，可是[12] 她 學到 很 多
dào cāntīng dǎgōng suīrán zhuàn de qián bùduō kěshì tā xuédào hěn duō

東西。例如[13] 在 幫 客人 點 餐 的 時候，她 可以 練習 說
dōngxī lìrú zài bāng kèrén diǎn cān de shíhòu tā kěyǐ liànxí shuō

英語；在 為 客人 服務 的 時候，她 可以 學到 西餐[14] 的
yīngyǔ zài wèi kè rén fúwù de shíhòu tā kěyǐ xuédào xīcān de

用 餐 禮儀[15]。除 此 之 外，小 英 在 餐廳裡 認識 了 許多
yòngcān lǐyí chú cǐ zhī wài Xiǎo Yīng zài cāntīnglǐ rènshì le xǔduō

當地 的 朋友，所以 她 對 紐西蘭 的 文化[16] 和 風俗 習慣[17] 就
dāngdì de péngyǒu suǒyǐ tā duì Niǔxīlán de wénhuà hàn fēngsú xíguàn jiù

更 清楚 了。
gèng qīngchǔ le

以前 的 人 覺得 讀書 就 是 要 專心[18] 在 學校 上課，
yǐqián de rén juéde dúshū jiù shì yào zhuānxīn zài xuéxiào shàngkè

可是 現在 大家 的 想法[19] 不同 了。讀 萬 卷 書 行 萬 里
kěshì xiànzài dàjiā de xiǎngfǎ bùtóng le dú wàn juàn shū xíng wàn lǐ

路，除了 擁 有 書本裡 的 知識，還要 多 接觸[20] 外 面 的
lù   chú le yǒngyǒu shūběnlǐ de zhīshì háiyào duō jiēchù wàimiàn de

世界，才 能 眞的 成 爲 一個 有 學問 的人。
shìjiè cái néng zhēnde chéngwéi yíge yǒu xuéwèn de rén

譯文：yìwén

　　Tiểu Anh kỳ nghỉ hè năm ngoái đã đến New Zealand du học. Điểm khác nhau ở những bạn du học khác là, Tiểu Anh ngoài giờ học, còn đến nhà hàng gần trường làm thêm, hiện nay rất thịnh hành loại hình du học kết hợp làm thêm này. Tiểu Anh đến nhà hàng làm thêm tuy tiền không nhiều nhưng cô có thể học được rất nhiều thứ. Ví dụ như khi giúp khách hàng gọi món, cô có thể luyện tập nói tiếng Anh; khi phục vụ khách hàng, cô có thể học được các phép tắc khi ăn uống của phương Tây. Ngoài ra, trong nhà hàng cô còn làm quen được với rất nhiều bạn bè địa phương, vì vậy cô đã hiểu rõ hơn về nền văn hóa và phong tục của New Zealand. Trước đây mọi người thường nghĩ rằng đi học thì nên chuyên tâm học tập ở trường, nhưng hiện nay suy nghĩ của mọi người đã khác đi. Đọc vạn cuốn sách, đi vạn dặm đường, ngoài việc nắm giữ kiến thức trong sách vở, còn phải tiếp xúc nhiều hơn với thế giới bên ngoài, mới có thể thật sự trở thành một người có học vấn.

生詞 shēngcí Từ vựng

1.	讀萬卷書 行萬里路	dú wàn juàn shū xíng wàn lǐ lù	đọc vạn cuốn sách, đi vạn dặm đường
2.	鼓勵	gǔlì	khuyến khích, khích lệ
3.	一方面… 一方面…	yìfāngmiàn… yìfāngmiàn…	một mặt… một mặt…
4.	見識	jiànshì	hiểu biết, mở mang kiến thức
5.	充足	chōngzú	đầy đủ, dồi dào
6.	不但…還 有…	búdàn…háiyǒu…	không chỉ… mà còn…
7.	生活	shēnghuó	đời sống, cuộc sống
8.	暑假	shǔjià	nghỉ hè
9.	遊學	yóuxué	du học
10.	除了…之 外…	chúle…zhīwài…	ngoài ra…
11.	打工	dǎgōng	làm thêm
12.	雖然…可 是…	suīrán… kěshì…	tuy… nhưng…
13.	例如	lìrú	ví dụ

14.	西餐	xīcān	món Tây
15.	用餐禮儀	yòngcān lǐyí	phép tắc trong ăn uống
16.	文化	wénhuà	văn hóa
17.	風俗習慣	fēngsú xíguàn	tập quán
18.	專心	zhuānxīn	chuyên tâm
19.	想法	xiǎngfǎ	suy nghĩ, ý kiến
20.	接觸	jiēchù	tiếp xúc

自然篇

① 【久旱逢甘霖】¹
jiǔ　hàn　féng　gān　lín

Từ loại	Hàm ý	Ví dụ
Danh từ	+	真是久旱逢甘霖

解釋：jiěshì

乾旱² 很久 的 地方，終於 下了 一場 雨。 形容 盼望³ 了
gānhàn hěnjiǔ de dìfāng zhōngyú xià le yìchǎng yǔ　xíngróng pànwàng le

很久 的 事情，終於 實現⁴ 了。
hěnjiǔ de shìqíng　zhōngyú shíxiàn le

Giải thích: Trời đổ mưa sau một đợt hạn hán kéo dài. Diễn tả một sự việc trở thành sự thật sau thời gian dài trông đợi mong mỏi.

例文：lìwén

火 旺 伯 是 一位 在 山裡頭 種茶⁵ 的 農夫。 原本 他
Huǒwàng bó shì yíwèi zài shānlǐtou zhòngchá de nóngfū yuánběn tā

和 一般⁶ 的 農夫 一樣， 使用 農藥⁷ 來 消滅 茶園裡 的
hàn yìbān de nóngfū yíyàng shǐyòng nóngyào lái xiāomiè cháyuánlǐ de

害蟲⁸。 後來 他 發現， 使用 農藥 不但 會 污染⁹ 自然
hàichóng hòulái tā fāxiàn shǐyòng nóngyào búdàn huì wūrǎn zìrán

環境，而且還會 傷害 自己 的 身體，所以 他 決定 不再
huánjìng érqiě hái huì shānghài zìjǐ de shēntǐ suǒyǐ tā juédìng bú zài

使用 農藥。可是，自從 不用 農藥 之後，茶園裡 的
shǐyòng nóngyào kěshì zìcóng búyòng nóngyào zhīhòu cháyuánlǐ de

蟲 越來越 多，茶葉 的 產量[10] 也 變 少 了。雖然 收入
chóng yuè lái yuè duō cháyè de chǎnliàng yě biàn shǎo le suīrán shōurù

受到 影響 ，但是
shòudào yǐngxiǎng dànshì

火旺伯 仍然 堅持[11]
Huǒwàng bó réngrán jiānchí

他 的 做法[12]。
tā de zuòfǎ

就在 火旺伯 快
jiù zài Huǒwàng bó kuài

要 花光 他 的 存款[13]
yào huāguāng tā de cúnkuǎn

時，他 接到 了 一筆
shí tā jiēdào le yìbǐ

重要 的 生意。原來
zhòngyào de shēngyì yuánlái

是 有 一個 茶館，
shì yǒu yíge cháguǎn

決定 販賣 不用 農
juédìng fànmài búyòng nóng

藥 的 健康 茶葉，他們 願意[14] 用 較高 的 價格 來 買
yào de jiànkāng cháyè tāmen yuànyì yòng jiàogāo de jiàgé lái mǎi

火 旺 伯 的 茶葉。這 筆 錢 對於 火 旺 伯 來說，就 像 是
Huǒwàng bó de cháyè zhè bǐ qián duìyú Huǒwàng bó láishuō jiù xiàng shì

久 旱 逢 甘 霖 一樣，解決了 他 經濟上[15] 的 困難，也 讓
jiǔ hàn féng gān lín yíyàng jiějuéle tā jīngjìshàng de kùnnán yě ràng

火 旺 伯 更 有 信心，繼續 做 個 向 農藥 說「不」的
Huǒwàng bó gèng yǒu xìnxīn jìxù zuò ge xiàng nóngyào shuō bù de

快樂 農夫。
kuàilè nóngfū

譯 文：yìwén

    Hỏa Vượng Bách là một nông dân trồng trà trên núi. Vốn dĩ ông cũng giống như những người nông dân bình thường khác, dùng thuốc trừ sâu để diệt trừ sâu hại. Sau đó ông phát hiện, dùng thuốc trừ sâu không chỉ gây ô nhiễm môi trường, mà còn gây hại đến sức khỏe bản thân, nên ông quyết định không dùng thuốc trừ sâu nữa. Nhưng từ khi không dùng thuốc trừ sâu nữa, sâu hại trong vườn trà ngày một nhiều, sản lượng trà cũng giảm đi. Tuy thu nhập bị ảnh hưởng nhưng Hỏa Vượng Bách vẫn kiên trì cách làm này. Ngay lúc ông sắp tiêu hết số tiền tiết kiệm của mình, ông nhận được một mối làm ăn quan trọng. Thì ra có một tiệm trà, quyết định bán trà không dùng thuốc trừ sâu, họ đồng ý mua lá trà của Hỏa Vượng Bách với giá cao. Số tiền này đối với Hỏa Vượng Bách mà nói, giống như là nắng hạn gặp mưa rào, đã giải quyết mọi khó khăn về kinh tế của ông, cũng giúp ông có thêm lòng tin, tiếp tục là người nông dân vui vẻ nói "không" với thuốc trừ sâu.

 **生詞** shēngcí **Từ vựng**

1.	久旱逢甘霖	jiǔ hàn féng gān lín	nắng hạn gặp mưa rào, nguyện vọng được đáp ứng
2.	乾旱	gānhàn	nắng hạn, hạn hán
3.	盼望	pànwàng	trông mong, trông chờ
4.	實現	shíxiàn	thực hiện
5.	種茶	zhòngchá	trồng trà
6.	一般	yìbān	thông thường
7.	農藥	nóngyào	thuốc trừ sâu, nông dược
8.	害蟲	hàichóng	sâu hại
9.	污染	wūrǎn	ô nhiễm
10.	產量	chǎnliàng	sản lượng
11.	堅持	jiānchí	kiên trì
12.	做法	zuòfǎ	cách làm, phương pháp làm

13.	存款	cúnkuǎn	tiền gửi tiết kiệm
14.	願意	yuànyì	đồng ý, sẵn lòng
15.	經濟上	jīngjìshàng	về mặt kinh tế

② 【拈花惹草】[1]
niǎn huā rě cǎo

Từ loại	Hàm ý	Ví dụ
Động từ	-	到處拈花惹草

解釋：jiěshì

形 容　男人　到處　留情[2]、勾引[3]　女人，就　好　像　隨意 的
xíngróng nánrén dàochù liúqíng gōuyǐn nǚrén jiù hǎoxiàng suíyì de

摘取[4] 路旁 美麗 的 花草 一樣。
zhāiqǔ lùpáng měilì de huācǎo yíyàng

Giải thích: Diễn tả người đàn ông hay đi khắp nơi ong bướm, trêu ghẹo phụ nữ, giống như tùy ý ngắt hoa cỏ bên đường vậy.

例文：lìwén

有　一首　國語 老歌 是　這麼　唱　的：「送　你　送　到
yǒu yìshǒu guóyǔ lǎogē shì zhème chàng de sòng nǐ sòng dào

小城外　，有　句　話兒　要　交代[5]。雖然　已經　是　百花　開，
xiǎochéngwài yǒu jù huàér yào jiāodài suīrán yǐjīng shì bǎihuā kāi

路邊 的 野花 你 不要 採。」歌詞裡 描寫　年輕　的　姑娘
lùbiān de yěhuā nǐ búyào cǎi gēcílǐ miáoxiě niánqīng de gūniáng

提醒 外出 的 情郎[6]，不要 愛上 別 的 女孩子。這 首 歌 讓
tíxǐng wàichū de qíngláng búyào àishàng bié de nǚháizi zhèshǒu gē ràng

女 朋友 來 唱 ，聽起來 像 是 溫柔 的 叮嚀[7]，要 是
nǚpéngyǒu lái chàng tīngqǐlái xiàng shì wēnróu de dīngníng yào shì

換 成 老婆 來 唱 ，那 可 就是 一種 嚴 重 的 警告
huànchéng lǎopó lái chàng nà kě jiùshì yìzhǒng yánzhòng de jǐnggào

喔！因爲 已經 結婚 的 男人，如果 還 四處 拈 花 惹 草 的
ō yīnwèi yǐjīng jiéhūn de nánrén rúguǒ hái sìchù niǎn huā rě cǎo de

話，不只 會 破壞 家庭 的 幸福，還 有 可能 付出 更 大 的
huà bùzhǐ huì pòhuài jiātíng de xìngfú hái yǒu kěnéng fùchū gèng dà de

代價[8]。
dàijià

　　不管 是 世界 頂尖[9] 的 運動 員[10]，還 是 高高 在 上
bùguǎn shì shìjiè dǐngjiān de yùndòng yuán hái shì gāogāo zài shàng

的 政 治[11] 人物[12]，如果 被 發現 有 婚外情[13]，形象[14] 立刻[15]
de zhèngzhì rénwù rúguǒ bèi fāxiàn yǒu hūnwàiqíng xíngxiàng lìkè

會 大 打 折扣，而 原本 擁 有 的 財富 和 地位，也 有
huì dà dǎ zhékòu ér yuánběn yōngyǒu de cáifù hàn dìwèi yě yǒu

可能 一 夕 之 間[16] 消失。所以，路邊 的 野花 眞的 別 亂 採
kěnéng yí xì zhī jiān xiāoshī suǒyǐ lùbiān de yěhuā zhēnde bié luàn cǎi

才好。
cáihǎo

Có một bài hát tiếng Hoa có lời như thế này: "Tiễn anh ra ngoại ô, có đôi lời muốn nói. Tuy hoa đã nở rộ, nhưng hoa dại bên đường xin anh đừng giẫm lên." Lời bài hát là lời nhắn nhủ của cô gái trẻ đến người yêu đi xa, đừng yêu người con gái khác. Bài hát này nếu để bạn gái hát, thì là lời nhắc nhở nhẹ nhàng, còn nếu đổi lại là người vợ hát, thì đây chính là lời cảnh báo nghiêm trọng rồi đó! Vì người đàn ông nếu đã có gia đình mà còn đi khắp nơi ong bướm, không chỉ phá hủy hạnh phúc gia đình, mà còn phải trả giá cao hơn. Dù là vận động viên chuyên nghiệp thế giới, hay những chính trị gia quyền lực, nếu bị phát hiện ngoại tình, hình tượng lập tức bị sụt giảm đáng kể, đồng thời địa vị và tiền của vốn có, cũng có thể biến mất trong một đêm. Vì vậy, hoa dại bên đường tốt nhất đừng nên tùy tiện hái làm gì.

生詞 shēngcí Từ vựng

1.	拈花惹草	niǎn huā rě cǎo	trêu hoa ghẹo nguyệt, thói trăng hoa, ong bướm
2.	留情	liúqíng	lưu tình

3.	勾引	gōuyǐn	quyến rũ, dụ dỗ
4.	摘取	zhāiqǔ	hái
5.	交代	jiāodài	bàn giao, dặn dò, nhắn nhủ
6.	情郎	qíngláng	người yêu, bạn trai
7.	叮嚀	dīngníng	dặn dò
8.	代價	dàijià	giá phải trả
9.	頂尖	dǐngjiān	trình độ cao nhất, giỏi nhất
10.	運動員	yùndòngyuán	vận động viên
11.	政治	zhèngzhì	chính trị
12.	人物	rénwù	nhân vật
13.	婚外情	hūnwàiqíng	ngoại tình
14.	形象	xíngxiàng	hình ảnh, hình tượng
15.	立刻	lìkè	lập tức
16.	一夕之間	yí xì zhī jiān	trong một đêm

③ 【撥雲見日】[1]
bō yún jiàn rì

Từ loại	Hàm ý	Ví dụ
Động từ / Danh từ	+	終於撥雲見日

解釋: jiěshì

撥開[2] 雲霧[3] ， 看見 太陽。 用來 指 心 中 的 疑惑[4] 得到
bōkāi yúnwù kànjiàn tàiyáng yònglái zhǐ xīnzhōng de yíhuò dédào

解答[5] ，或是 形 容 原本 進行 不 順利[6] 的 事情 開始 好
jiědá huòshì xíngróng yuánběn jìnxíng bú shùnlì de shìqíng kāishǐ hǎo

轉 。
zhuǎn

Giải thích: Rẽ mây nhìn thấy mặt trời. Dùng để diễn tả mối nghi hoặc trong lòng đã được giải đáp, hoặc sự việc vốn không thuận lợi nay đã có tiến triển tốt.

例文: lìwén

「Mr. Brain」是 最近[7] 的 一部 日本 連續劇[8] ，劇中[9] 的
shì zuìjìn de yíbù rìběn liánxùjù jùzhōng de

103

男主角[10] —— 九十九 先 生 ，是 一名 研究[11] 腦部 科學[12] 的
nánzhǔjiǎo　　　Jiǔshíjiǔ xiānshēng shì yìmíng yánjiù nǎobù kēxué de

研究員[13]，負責[14] 幫 警察 分析[15] 歹徒[16] 的 心理 狀態[17]。在
yánjiùyuán　 fùzé bāng jǐngchá fēnxī dǎitú de xīnlǐ zhuàngtài zài

他 的 協助[18] 下，許多 原本 無法 破案[19] 的 犯罪[20] 事件[21]，
tā de xiézhù xià　xǔduō yuánběn wúfǎ pòàn de fànzuì shìjiàn

終於 撥雲見日，抓 到 兇 手。和 傳統[22] 的 推理劇[23]
zhōngyú bō yún jiàn rì　zhuā dào xiōng shǒu hàn chuántǒng de tuīlǐjù

比較 起來，「Mr. Brain」 強調 的 不只是 敏銳[24] 的 觀察力[25]，
bǐjiào qǐlái　　　　　　qiángdiào de bùzhǐ shì mǐnruì de guānchálì

還 利用 了 許多 腦部 科學 的 理論[26] 來 辦案[27]，所以 引 起 了
hái lìyòng le xǔduō nǎobù kēxué de lǐlùn lái bànàn suǒ yǐ yǐn qǐ le

廣泛[28] 的 討論。
guǎngfàn de tǎolùn

戲裡[29] 曾 經 提到 了 幾則 有趣 的 大腦 知識，例如：
xìlǐ　 céngjīng tídào le jǐzé yǒuqù de dànǎo zhīshì　 lìrú

人類[30] 是 用 右腦 來 判別[31] 男 生 或 女生 的，所以 如果
rénlèi　shì yòng yòunǎo lái pànbié nánshēng huò nǚshēng de　suǒyǐ rúguǒ

想 要 吸引 異性[32] 的 注意[33]，一定 要 站在 他 的 左邊；
xiǎng yào xīyǐn yìxìng de zhùyì　yídìng yào zhànzài tā de zuǒbiān

還有，人 在 說 謊[34] 時，眼睛 會 不自覺[35] 的 向 右上 角
háiyǒu rén zài shuōhuǎng shí yǎnjīng huì bú zìjué de xiàng yòushàngjiǎo

瞄[36]……等 等 。正 因為「Mr. Brain」以 生 動[37] 的 劇情[38]
miáo　　 děngděng zhèng yīnwèi　　　　　yǐ shēngdòng de jùqíng

來 介紹 腦部 科學，所以 才 會 如此 令 人[39] 印 象 深刻[40]。
lái jièshào nǎobù kēxué　suǒyǐ cái huì rúcǐ lìng rén　yìnxiàng　shēnkè

譯 文： yìwén

　　"Mr.Brain" là một bộ phim nhiều tập của Nhật, Tsukumo nam chính trong phim, là một nhà nghiên cứu khoa học về não bộ, phụ trách giúp cảnh sát phân tích tâm lý tội phạm. Nhờ sự giúp đỡ của anh, nhiều vụ án vốn không thể phá giải, cuối cùng đã rẽ mây nhìn thấy mặt trời, bắt được hung thủ. So với phim suy luận truyền thống thì "Mr.Brain" không chỉ chú trọng khả năng quan sát nhạy bén mà còn dùng những lý luận khoa học về não bộ để phá án, nên đã tạo nên nhiều cuộc tranh luận rộng rãi. Trong phim từng nhắc đến nhiều kiến thức não bộ như: con người dùng não phải để phân biệt nam và nữ, nên khi muốn thu hút sự chú ý của người khác phái, nhất định phải đứng bên trái họ, còn khi nói dối, đôi mắt sẽ tự nhiên hướng về phía trên bên phải…. Chính vì "Mr.Brain" dùng nội dung sinh động giới thiệu khoa học não bộ nên đã khiến mọi người ấn tượng sâu sắc.

生詞
shēngcí

Từ vựng

1.	撥雲見日	bō yún jiàn rì	rẽ mây nhìn thấy mặt trời, xé màn đêm nhìn thấy ánh sáng
2.	撥開	bōkāi	đẩy ra hai bên
3.	雲霧	yúnwù	mây mù
4.	疑惑	yíhuò	nghi hoặc, nghi ngờ
5.	解答	jiědá	giải đáp, giải thích
6.	順利	shùnlì	thuận lợi
7.	最近	zuìjìn	gần đây
8.	連續劇	liánxùjù	phim bộ, phim nhiều tập
9.	劇中	jùzhōng	trong phim
10.	男主角	nánzhǔjiǎo	nam chính
11.	研究	yánjiù	nghiên cứu
12.	科學	kēxué	khoa học
13.	研究員	yánjiùyuán	nghiên cứu viên
14.	負責	fùzé	phụ trách
15.	分析	fēnxī	phân tích
16.	歹徒	dǎitú	tên vô lại, du côn, tội phạm

17.	心理狀態	xīnlǐzhuàngtài	trạng thái tâm lý
18.	協助	xiézhù	giúp đỡ
19.	破案	pòàn	phá án
20.	犯罪	fànzuì	phạm tội
21.	事件	shìjiàn	sự kiện
22.	傳統	chuántǒng	truyền thống
23.	推理劇	tuīlǐjù	phim suy luận
24.	敏銳	mǐnruì	nhạy bén
25.	觀察力	guānchálì	khả năng quan sát
26.	理論	lǐlùn	lý luận
27.	辦案	bànàn	xử án, thụ lý án
28.	廣泛	guǎngfàn	phổ biến, rộng rãi
29.	戲裡	xìlǐ	trong phim
30.	人類	rénlèi	con người, loài người
31.	判別	pànbié	phân biệt
32.	異性	yìxìng	khác phái
33.	注意	zhùyì	chú ý
34.	說謊	shuōhuǎng	nói dối
35.	不自覺	búzìjué	bất giác
36.	瞄	miáo	nhìn thoáng qua

37.	生動	shēngdòng	sinh động
38.	劇情	jùqíng	nội dung phim
39.	令人	lìngrén	khiến người khác ….
40.	深刻	shēnkè	sâu sắc

4 【眾星拱月】[1]
zhòng xīng gǒng yuè

Từ loại	Hàm ý	Ví dụ
Danh từ	+	像是眾星拱月一般

解釋：jiěshì

天 上 許多的 星星 環繞[2] 著 月亮。 用 來 比喻許多 人
tiānshàng xǔduō de xīngxing huánrào zhe yuèliàng yòng lái bǐyù xǔduō rén

一起 圍繞[3] 擁護[4] 著 一個 人。
yìqǐ wéirào yǒnghù zhe yíge rén

Giải thích: Những ngôi sao lấp lánh vây quanh mặt trăng, dùng để diễn tả một người có nhiều người khác vây quanh chăm sóc, bảo vệ.

例 文：liwén

凱蒂 是 一個 模特兒[5]。 她 長 得 漂 亮，身材 又 好，還
Kǎidì shì yíge mótèér tā zhǎngde piàoliàng shēncái yòu hǎo hái

有 一頭 烏黑 的 長髮，許多 名牌[6]的 服裝[7] 公司 都 找 她
yǒu yìtóu wūhēi de chángfǎ xǔduō míngpái de fúzhuāng gōngsī dōu zhǎo tā

拍 廣告[8]。 她 不但 氣質[9] 優雅[10]、 聲音 溫柔，還 會 講 中
pāi guǎnggào tā búdàn qìzhí yōuyǎ shēngyīn wēnróu hái huì jiǎng zhōng

文、英文 和 日文，因此 一直 有 電視臺[11] 想 找 她 去
wén yīngwén hàn rìwén yīncǐ yìzhí yǒu diànshìtái xiǎng zhǎo tā qù

主持[12] 節目[13]。
zhǔchí jiémù

迷人[14] 的 凱蒂， 身 邊 總是 有 一大群 男士[15]，
mírén de Kǎidì shēnbiān zǒngshì yǒu yídàqún nánshì

像 眾 星 拱 月 一般[16] 的 圍繞著 她。 正 當
xiàng zhòng xīng gǒng yuè yìbān de wéiràozhe tā zhèngdāng

大家 好奇 的 猜測[17]，
dàjiā hàoqí de cāicè

到底 是 哪位 有錢
dàodǐ shì nǎwèi yǒuqián

的 大 老闆 或是 帥氣[18]
de dà lǎobǎn huòshì shuàiqì

的 大 明 星 可以
de dà míngxīng kěyǐ

追求[19] 到 她 時，她 卻
zhuīqiú dào tā shí tā què

突然 宣布[20] 要 和 認識
túrán xuānbù yào hàn rènshì

多年 的 高中同學
duōnián de gāozhōngtóngxué

結婚。 記者 問 她
jiéhūn jìzhě wèn tā

原因，她 笑笑 的 說：「因爲 只有他 願意 和 沒有
yuányīn tā xiàoxiao de shuō yīnwèi zhǐyǒu tā yuànyì hàn méiyǒu

化 妝[21]的我，一起 穿 著 短褲 拖鞋 去吃 滷肉飯。」
huàzhuāng de wǒ yìqǐ chuān zhe duǎnkù tuōxié qù chī lǔròufàn

譯文：yìwén

　　Katie là một người mẫu. Cô rất xinh đẹp, dáng lại chuẩn, tóc đen dài, rất nhiều hãng nổi tiếng mời cô quay quảng cáo. Phong thái tao nhã, giọng nói êm nhịu, cô còn biết nói tiếng Trung, tiếng Anh và tiếng Nhật, do đó đài truyền hình liên tục mời cô làm người dẫn chương trình truyền hình. Bên cạnh Katie quyến rũ luôn có nhiều người đàn ông vây quanh, như những ngôi sao lấp lánh vây quanh mặt trăng vậy. Khi mọi người đều tò mò suy đoán, rốt cuộc là ông chủ giàu có hay minh tinh đẹp trai nào có thể đeo đuổi được cô ấy thì cô đột nhiên tuyên bố sẽ kết hôn với một người bạn lâu năm từ cấp 3. Phóng viên hỏi cô lý do, cô chỉ cười nói: "Vì chỉ có anh ấy mới sẵn lòng cùng tôi với khuôn mặt mộc, mặc quần đùi mang dép lê đi ăn cơm thịt kho."

生詞 shēngcí Từ vựng

1.	眾星拱月	zhòng xīng gǒng yuè	Những ngôi sao lấp lánh vây quanh mặt trăng, chỉ nhân vật trung tâm
2.	環繞	huánrào	xung quanh, vây quanh
3.	圍繞	wéirào	quay chung quanh, quay quanh
4.	擁護	yǒnghù	vây quanh chăm sóc, bảo vệ
5.	模特兒	mótèr	người mẫu
6.	名牌	míngpái	hàng hiệu, đồ hiệu
7.	服裝	fúzhuāng	trang phục (quần áo, giày dép)
8.	廣告	guǎnggào	quảng cáo
9.	氣質	qìzhí	phong cách, tính tình
10.	優雅	yōuyǎ	thanh nhã
11.	電視臺	diànshìtái	đài truyền hình
12.	主持	zhǔchí	người dẫn chương trình
13.	節目	jiémù	tiết mục
14.	迷人	mírén	thu hút người khác
15.	男士	nánshì	nam nhân, đàn ông
16.	一般	yìbān	thường, thông thường

17.	猜測	cāicè	suy đoán, phỏng đoán
18.	帥氣	shuàiqì	đẹp trai phong độ
19.	追求	zhuīqiú	theo đuổi
20.	宣布	xuānbù	tuyên bố
21.	化妝	huàzhuāng	trang điểm

5 【柳暗花明】[1]
liǔ àn huā míng

Từ loại	Hàm ý	Ví dụ
Danh từ	+	希望能夠柳暗花明

解釋：jiěshì

柳樹[2] 的 葉子 長 得 很 茂密[3] 形成 了 樹蔭[4]，四周 長 滿
liǔshù de yèzi zhǎngde hěn màomì xíngchéngle shùyìn sìzhōu zhǎngmǎn

了 色彩[5] 鮮豔[6] 美麗 的 花朵。用來 形容 美麗 的 風景，
le sècǎi xiānyàn měilì de huāduǒ yònglái xíngróng měilì de fēngjǐng

或者 比喻 原本 不抱 希望 的 事情 有 了 轉機[7]。
huòzhě bǐyù yuánběn bú bào xīwàng de shìqíng yǒu le zhuǎnjī

Giải thích: Liễu xanh tốt tạo thành bóng râm, bốn phía trăm hoa đua nở.
Dùng để diễn tả cảnh đẹp, hoặc sự việc đang trong khó khăn, đường cùng
thì xuất hiện hy vọng.

例文：lìwén

宋代 的 詩人[8] 陸 游[9]，因爲 沒有 受到 皇帝 的
Sòngdài de shīrén Lù Yóu yīnwèi méiyǒu shòudào huángdì de

重用[10]，只好 失望 地[11] 回 到 故鄉[12]。有一天，他 到
zhòngyòng　　zhǐhǎo shīwàng de　huí dào gùxiāng　　yǒuyìtiān　　tā dào

郊外[13] 去 散心，無意間[14] 走到 了 一個農村[15]，受到 農人們
jiāowài qù sànxīn　　wúyìjiān　zǒudào le yíge nóngcūn　　shòudào nóngrénmen

熱情 的 招待。於是，他 有 感 而 發[16] 的 寫下 了〈遊山西村〉
rèqíng de zhāodài yúshì　tā yǒu gǎn ér fā　de xiěxià le　Yóushānxīcūn

這 首 詩。詩 的 最後 兩句 是：「山 重 水 複 疑 無 路，柳
zhè shǒu shī　shī de zuìhòu liǎngjù shì　　shān chóng shuǐ fù yí wú lù　liǔ

暗 花 明 又 一 村。」意思 是 說，前面 有 許多 的 高 山
àn huā míng yòu yì cūn　　yìsi shì shuō qiánmiàn yǒu xǔduō de gāoshān

和 河流 阻擋[17]著，看起來 好 像 已經 無路 可 走。沒 想 到
hàn héliú zǔdǎngzhe　　kànqǐlái hǎoxiàng yǐjīng wúlù kě zǒu　méixiǎngdào

繞過去 之後，在 一大片 濃密[18] 的 柳樹 和 鮮花 後 面，竟然
ràoguòqù zhīhòu　zài yídàpiàn nóngmì de liǔshù hàn xiānhuā hòumiàn　jìngrán

有 一個 美麗 的 村 莊。也 因為 這 樣，陸 游 體會 到：
yǒu yíge　měilì de cūnzhuāng　yě yīnwèi zhèyàng　Lù Yóu tǐhuìdào

人 在 遇到 困難 的 時候 不要 灰心[19]，說 不 定，很 快 事情
rén zài yùdào kùnnán de shíhòu búyào huīxīn　　shuō bú dìng　hěn kuài shìqíng

就 有 好 轉 的 機會。他 也 因此 振作 起來，做 了 許多 對
jiù yǒu hǎozhuǎn de jīhuì　　tā yě yīncǐ zhènzuò qǐlái　zuò le xǔduō duì

百 姓 有 幫助 的 事情。
bǎixìng yǒu bāngzhù　de shìqíng

　　有 時候，我們 覺得 事情 已經 不 可 能 成 功，　正
　　yǒu shíhòu　wǒmen juéde shìqíng yǐjīng bù kěnéng chénggōng　　zhèng

準備 要 放棄[20]，沒想到 柳暗花明，突然 情勢 有了
zhǔnbèi yào fàngqì méixiǎngdào liǔ àn huā míng túrán qíngshì yǒu le

改變，事情 順利 的 進行。這 種 意外 的 驚喜，感覺 比
gǎibiàn shìqíng shùnlì de jìnxíng zhè zhǒng yìwài de jīngxǐ gǎnjué bǐ

快速 得到 勝利[21]，還要 更 令人 激動[22]。
kuàisù dédào shènglì hái yào gèng lìngrén jīdòng

譯文：yìwén

　　Nhà thơ Lục Du vào thời Tống, vì không được vua trọng dụng, nên đành thất vọng trở về quê. Một ngày nọ, ông ra ngoại ô tản bộ, tình cờ đến một thôn nọ, được người dân ở đây tiếp đãi nhiệt tình. Vì vậy, ông rất xúc động đã viết nên bài thơ "Du Sơn Tây Thôn". Hai câu thơ cuối của bài thơ là: "Sơn trùng thuỷ phúc nghi vô lộ, liễu ám hoa minh hựu nhất thôn." Ý nói, phía trước có rất nhiều núi cao và sông suối cản trở, tưởng chừng không còn đường để đi nữa. Không ngờ đi vòng qua sẽ thấy hàng liễu và hoa cỏ rậm rạp, lại còn có một thôn trang xinh xắn. Cũng chính vì vậy, Lục Du mới nhận ra: khi chúng ta gặp khó khăn không nên nản lòng, không chừng, không lâu sau mọi việc sẽ chuyển biến tốt đẹp. Ông cũng vì thế mà phấn khởi hơn, giúp đỡ người dân rất nhiều. Có đôi khi, chúng ta cảm thấy sự việc đã không còn khả năng thành công, khi chuẩn bị từ bỏ, không ngờ lại "liễu ám hoa minh", tình hình thay đổi, sự việc được tiến hành thuận lợi. So với thắng lợi đạt được nhanh chóng, điều ngạc nhiên bất ngờ này càng khiến chúng ta cảm thấy phấn khích hơn.

生詞 shēngcí

Từ vựng

1.	柳暗花明	liǔ àn huā míng	liễu xanh tốt, trăm hoa rực rỡ; chỉ trong khó khăn đường cùng thì xuất hiện hy vọng, cách giải quyết
2.	柳樹	liǔshù	cây liễu
3.	茂密	màomì	rậm rạp, um tùm
4.	樹蔭	shùyìn	bóng râm
5.	色彩	sècǎi	màu sắc
6.	鮮豔	xiānyàn	rực rỡ, tươi đẹp
7.	轉機	zhuǎnjī	xoay chuyển, chuyển biến
8.	詩人	shīrén	nhà thơ
9.	陸游	lùyóu	Lục Du
10.	重用	zhòngyòng	sử dụng lại
11.	失望地	shīwàngde	thất vọng
12.	故鄉	gùxiāng	cố hương, quê hương
13.	郊外	jiāowài	ngoại ô
14.	無意間	wúyìjiān	vô tình
15.	農村	nóngcūn	nông thôn, miền quê

16.	有感而發	yǒu gǎn ér fā	những gì đã
17.	阻擋	zǔdǎng	ngăn cản
18.	濃密	nóngmì	dày đặc
19.	灰心	huīxīn	nản lòng
20.	放棄	fàngqì	bỏ cuộc
21.	勝利	shènglì	thắng lợi
22.	激動	jīdòng	kích động

6 【水落石出】[1]

shuǐ luò shí chū

Từ loại	Hàm ý	Ví dụ
Tính từ/ Danh từ	+	事實終於水落石出了。

解釋：jiěshì

溪 裡 的 水 變 少 了，水位[2] 降低[3]，底下 的 石頭 就 顯露[4]
xīlǐ de shuǐ biàn shǎo le shuǐwèi jiàngdī dǐxià de shítou jiù xiǎnlù

出來。用 來 比喻 事情 的 眞 相[5] 被 發現。
chūlái yònglái bǐyù shìqíng de zhēnxiàng bèi fāxiàn

Giải thích: Khi nước trong suối ít dần đi, mực nước giảm xuống, những hòn đá bên dưới sẽ dần lộ ra. Dùng để chỉ chân tướng của sự việc đã bị phát hiện.

例文：lìwén

幾年 前，在 美國 的 一個 私人[6] 網 站[7] 裡，刊登[8] 了 一則
jǐnián qián zài měiguó de yíge sīrén wǎngzhàn lǐ kāndēng le yìzé

製作[9] 「瓶 中 貓」 的 文章。 文 章 中 教導[10] 大家，
zhìzuò píng zhōng māo de wénzhāng wénzhāngzhōng jiàodǎo dàjiā

如何 將 幼小 的 貓咪 放入 玻璃瓶[11] 中 飼養[12]。該 網 站 的
rúhé jiāng yòuxiǎo de māomī fàngrù bōlípíng zhōng sìyǎng gāi wǎngzhàn de

站 長[13] 還 宣 稱[14]，自己 發明 了 一 種 使 骨頭[15] 軟化[16] 的
zhànzhǎng hái xuānchēng zìjǐ fāmíng le yìzhǒng shǐ gǔtou ruǎnhuà de

藥物，可以 讓 小 貓 永 遠 長不大。 整 篇 文 章 的
yàowù kěyǐ ràng xiǎomāo yǒngyuǎn zhǎngbúdà zhěngpiān wénzhāng de

內容 除了 有 詳細 的 文字 介紹 之外，還 附上 小 貓 被
nèiróng chúle yǒu xiángxì de wénzì jièshào zhīwài hái fùshàng xiǎomāo bèi

擠在 玻璃瓶中 的 照 片。這個 消息 透過 網路 快速 的
jǐzài bōlípíngzhōng de zhàopiàn zhèige xiāoxí tòuguò wǎnglù kuàisù de

流 傳，很 快 的，新聞 媒體 也 加 以 報導。因為 這 種
liúchuán hěn kuài de xīnwén méitǐ yě jiā yǐ bàodǎo yīnwèi zhè zhǒng

飼養 貓咪 的 方式 太過 殘忍[17]，引發[18] 了 保育[19] 團體 的
sìyǎng māomī de fāngshì tàiguò cánrěn yǐnfā le bǎoyù tuántǐ de

抗議[20]，美國 的 聯邦 調查局[21]（FBI） 也 介入[22] 調查。
kàngyì měiguó de liánbāng diàochájú yě jièrù diàochá

　　　　經過 一段 時間 的 追查， 真 相 終於 水落石出。
jīngguò yíduàn shíjiān de zhuīchá zhēnxiàng zhōngyú shuǐ luò shí chū

原來 這 是 一群 學生 想出來 的 惡作劇[23]，網站 裡
yuánlái zhè shì yìqún xuéshēng xiǎngchūlái de èzuòjù wǎngzhàn lǐ

面 的 內容 都 是 騙人[24] 的，照片 也 是 假 的。即使
miàn de nèiróng dōu shì piànrén de zhàopiàn yě shì jiǎ de jíshǐ

如此，大批 的 網友 還是 不斷 的 抗議，要求 嚴重 的
rúcǐ dàpī de wǎngyǒu háishì búduàn de kàngyì yāoqiú yánzhòng de

處罰 這 些 學 生 。因 爲 拿 小 動 物 來 開 玩 笑 ，實 在 是
chǔfá zhè xiē xuéshēng　yīn wèi ná xiǎodòngwù lái kāiwán xiào shízài shì

太 過 分 了 。
tài guòfèn le

譯 文 ： yìwén

　　Vài năm trước đây, trong một trang web cá nhân ở Mỹ có đăng một bài viết tên là "Mèo trong bình". Bài viết hướng dẫn mọi người, làm cách nào để nuôi một con mèo con trong một cái bình thủy tinh. Quản trị viên của trang web đó còn tự tuyên bố rằng, bản thân đã phát minh ra một loại thuốc làm mềm xương, khiến mèo con không bao giờ lớn được. Nội dung của bài viết ngoài việc mô tả chi tiết bằng từ ngữ, còn đính kèm hình của một chú mèo con bị nhốt trong một cái bình thủy tinh. Tin tức này nhanh chóng lan truyền qua Internet, và ngay sau đó, các phương tiện truyền thông cũng bắt đầu báo tin. Vì cách nuôi mèo này quá tàn nhẫn, gây nên làn sóng biểu tình của các nhóm bảo tồn động vật, Cục điều tra liên bang Mỹ (FBI) cũng tham gia vào cuộc điều tra. Sau khi truy tìm một khoảng thời gian, sự thật cuối cùng đã được phơi bày. Thì ra, đây là trò đùa của một nhóm sinh viên, nội dung trên trang web là lừa bịp, hình ảnh cũng là giả. Mặc dù vậy, một số lượng lớn người dùng vẫn tiếp tục phản đối, yêu cầu phải trừng phạt nghiêm khắc những sinh viên này. Vì họ lấy những động vật nhỏ ra làm trò đùa, thật sự rất quá đáng!

生詞
shēngcí
Từ vựng

1.	水落石出	shuǐ luò shí chū	lộ chân tướng, cháy nhà ra mặt chuột
2.	水位	shuǐwèi	mực nước
3.	降低	jiàngdī	giảm thấp, hạ thấp
4.	顯露	xiǎnlù	hiện rõ, lộ rõ
5.	眞相	zhēnxiàng	chân tướng
6.	私人	sīrén	riêng tư, cá nhân
7.	網站	wǎngzhàn	trang web
8.	刊登	kāndēng	đăng, đăng tải
9.	製作	zhìzuò	chế tạo, sáng tác
10.	教導	jiàodǎo	chỉ bảo, dạy dỗ
11.	玻璃瓶	bōlípíng	bình thủy tinh
12.	飼養	sìyǎng	nuôi dưỡng
13.	站長	zhànzhǎng	trưởng ga, người quản lý
14.	宣稱	xuānchēng	tự xưng, lên tiếng nói rằng
15.	骨頭	gǔtou	xương
16.	軟化	ruǎnhuà	làm mềm
17.	殘忍	cánrěn	tàn nhẫn

18.	引發	yǐnfā	gây ra, khiến cho
19.	保育	bǎoyù	chăm sóc, nuôi dưỡng
20.	抗議	kàngyì	kháng nghị
21.	聯邦調查局	liánbāngdiàochájú	Cục điều tra liên bang
22.	介入	jièrù	can thiệp vào
23.	惡作劇	èzuòjù	trò đùa
24.	騙人	piànrén	lừa gạt

7 【草木皆兵】[1]
cǎo mù jiē bīng

Từ loại	Hàm ý	Ví dụ
Tính từ	-	所有人都草木皆兵

解釋： jiěshì

看到 被 風 吹動 的 雜草[2] 和 樹木，就 以爲 是 敵人 的
kàndào bèi fēng chuīdòng de zácǎo hàn shùmù jiù yǐwéi shì dírén de

軍隊 來 了。用來 形容 因爲 心裡 產生[3] 懷疑，而 感到
jūnduì lái le yònglái xíngróng yīnwèi xīnlǐ chǎnshēng huáiyí ér gǎndào

恐懼[4] 及 不安。
kǒngjù jí bùān

Giải thích: Nhìn thấy cỏ dại và cây cối bị gió thổi lay động lại cho rằng quân địch đang tiến đến. Dùng để diễn tả tâm trạng hoài nghi đến hoảng sợ, bất an.

例文： lìwén

西元 三世紀[5] 中，苻堅[6] 在 中國 的 北方 建立[7] 了
xīyuán sān shìjì zhōng Fú Jiān zài Zhōngguó de běifāng jiànlì le

前秦[8] 王朝[9]。不久之後，他決定帶領[10]八十萬人的
Qiánqín wángcháo bùjiǔ zhīhòu tā juédìng dàilǐng bāshíwàn rén de

軍隊，要去攻打[11]南方的東晉[12]。苻堅原本[13]信心[14]滿滿，
jūnduì yào qù gōngdǎ nánfāng de Dōngjìn Fú Jiān yuánběn xìnxīn mǎnmǎn

覺得一定會獲得勝利。沒想到，東晉的軍隊人雖
juéde yídìng huì huòdé shènglì méixiǎngdào Dōngjìn de jūnduì rén suī

少，卻非常善於[15]作戰，趁著半夜，跑來攻擊苻堅的
shǎo què fēicháng shànyú zuòzhàn chènzhe bànyè pǎolái gōngjí Fú Jiān de

兵營[16]，讓苻堅損失[17]了許多兵馬。為了了解[18]戰況[19]，
bīngyíng ràng Fú Jiān sǔnshī le xǔduō bīngmǎ wèile liǎojiě zhànkuàng

苻堅走上城樓[20]去觀察[21]四周環境。他看到附近
Fú Jiān zǒushàng chénglóu qù guānchá sìzhōu huánjìng tā kàndào fùjìn

山上的芒草[22]及樹木，被風吹得動來動去，就
shānshàng de mángcǎo jí shùmù bèi fēng chuīde dòng lái dòng qù jiù

以為[23]是東晉的士兵在走動。苻堅害怕的告訴
yǐwéi shì Dōngjìn de shìbīng zài zǒudòng Fú Jiān hàipà de gàosù

身旁的人說：「看哪！山上到處都是東晉的
shēnpáng de rén shuō kàn na shānshàng dàochù dōu shì Dōngjìn de

軍隊，看來他們是很強勁[24]的敵人。」後來，苻堅在
jūnduì kànlái tāmen shì hěn qiángjìng de dírén hòulái Fú Jiān zài

淝水[25]這個地方被東晉的軍隊打敗，受了傷逃[26]回
Féishuǐ zhèige dìfāng bèi Dōngjìn de jūnduì dǎbài shòu le shāng táo huí

北方去。
běifāng qù

面對²⁷ 敵人 的 時候， 要 有 足夠²⁸ 的 勇氣 和 信心。
miànduì dírén de shíhòu yào yǒu zúgòu de yǒngqì hàn xìnxīn

如果 太過 擔心 害怕， 就 會 變得 草 木 皆 兵、 人 心
rúguǒ tàiguò dānxīn hàipà jiù huì biànde cǎo mù jiē bīng rén xīn

惶 惶²⁹， 還 沒 被 敵人 打敗， 就 先 把 自己 嚇死了。
huánghuáng hái méi bèi dírén dǎbài jiù xiān bǎ zìjǐ xiàsǐle

譯文：yìwén

　　Vào thế kỷ thứ ba, tại phía Bắc Trung Quốc, Phù Kiên đã gầy dựng nên triều đại Tiền Tần. Không lâu sau, hắn quyết định đem 800.000 quân tấn công Đông Tấn ở phía nam. Phù Kiên vốn rất tự tin, tin chắc sẽ giành thắng lợi. Nhưng không ngờ, quân Đông Tấn tuy ít, nhưng rất giỏi dụng binh, nhân lúc nửa đêm, đã lẻn đến tấn công doanh trại của Phù Kiên, khiến hắn hao tổn rất nhiều binh mã. Để tìm hiểu tình hình chiến trận, Phù Kiên lên thành cao để quan sát xung quanh. Hắn nhìn thấy những ngọn cỏ dại và cây cối ở vùng núi lân cận bị gió thổi rào rạt, cho rằng đó là quân Đông Tân đang di chuyển. Phù Kiên sợ hãi nói với mọi người xung quanh: "Nhìn kìa! Phía trên núi khắp nơi đều là quân Đông Tấn, xem ra họ là những đối thủ rất mạnh!" Sau đó, Phù Kiên bị quân Đông Tấn đánh bại ở Phì Thủy, bị thương trốn về phía Bắc.

　　Khi đối mặt với kẻ địch, cần có đủ dũng khí và tự tin. Nếu lo lắng sợ hãi quá nhiều, sẽ trở nên trông gà hóa cuốc, trong lòng lo sợ, chưa bị địch đánh bại đã bị bản thân làm cho sợ chết khiếp rồi.

1.	草木皆兵	cǎo mù jiē bīng	trông gà hóa cuốc, cỏ cây đều là binh lính
2.	雜草	zácǎo	cỏ dại
3.	產生	chǎnshēng	sản sinh, tạo ra
4.	恐懼	kǒngjù	sợ hãi, hoảng hốt
5.	世紀	shìjì	thế kỷ
6.	苻堅	Fú Jiān	Phù Kiên, sinh năm 337, là vua đời thứ 16 của nhà Tiền Tần
7.	建立	jiànlì	kiến lập, thành lập
8.	前秦	Qiánqín	Tiền Tần (351-394) là một nước trong thời kỳ Ngũ Hồ thập lục quốc vào cuối thời kỳ nhà Đông Tấn (265-420)
9.	王朝	wángcháo	vương triều
10.	帶領	dàilǐng	chỉ huy, dẫn theo
11.	攻打	gōngdǎ	tấn công
12.	東晉	Dōngjìn	Đông Tấn
13.	原本	yuánběn	vốn, gốc, nguyên là
14.	信心	xìnxīn	lòng tin
15.	善於	shànyú	giỏi về...

16.	兵營	bīngyíng	doanh trại binh lính
17.	損失	sǔnshī	tổn thất
18.	了解	liǎojiě	hiểu, hiểu rõ
19.	戰況	zhànkuàng	tình hình chiến trận
20.	城樓	chénglóu	lầu thành
21.	觀察	guānchá	quan sát
22.	芒草	mángcǎo	cỏ lau
23.	以爲	yǐwéi	cho rằng, nghĩ rằng…
24.	強勁	qiǎngjìng	mạnh, mạnh mẽ
25.	淝水	Féishuǐ	Phì Thủy (tên một địa danh vào thời Đông Tấn)
26.	逃	táo	trốn, chạy trốn
27.	面對	miànduì	đối diện
28.	足夠	zúgòu	đủ
29.	人心惶惶	rén xīn huáng huáng	lòng người hoang mang, lo sợ

8 【雪上加霜】[1]
xuě shàng jiā shuāng

Từ loại	Hàm ý	Ví dụ
Tính từ	-	更加雪上加霜

解釋：jiěshì

指 農作物[2] 因爲 下雪 而 受到 損害[3] 之後，又 因爲 結霜[4]
zhǐ nóngzuòwù yīnwèi xiàxuě ér shòudào sǔnhài zhīhòu yòu yīnwèi jiéshuāng

而 凍傷[5]。比喻 連續[6] 遭受[7] 災難[8]，讓 原本 的 傷害[9]
ér dòngshāng bǐyù liánxù zāoshòu zāinàn ràng yuánběn de shānghài

更加 嚴重。
gèngjiā yánzhòng

Giải thích: Sau khi bị hư hại do tuyết, cây trồng lại bị đóng băng. Ý chỉ liên tiếp gặp tai họa, khiến sự việc vốn đã bị hư hại tổn thương nay càng nghiêm trọng hơn.

例文：lìwén

智利[10] 發生 了 芮氏 規模[11] 8.8 級 的 大 地震[12]，許多 的
Zhìlì fāshēng le ruìshì guīmó jí de dà dìzhèn xǔduō de

房屋 倒塌[13]，橋梁[14] 斷裂[15]，造 成 數百人 死亡[16]，成
fángwū dǎotā　qiáoliáng duànliè　zàochéng shùbǎi rén sǐwáng　chéng

千 上 萬 的 災民[17] 無家可歸[18]。因爲 電力[19] 設備 受到
qiān shàng wàn de zāimín wú jiā kě guī　yīnwèi diànlì　shèbèi shòudào

嚴重 的 損害，大多數 的 地區 既 沒水 又[20] 沒電，
yánzhòng de sǔnhài　dàduōshù de dìqū jì méishuǐ yòu　méidiàn

使得 救援[21] 的 工作
shǐde jiùyuán de gōngzuò

更加 困難。就 在
gèngjiā kùnnán jiù zài

智利的 民眾[22] 還在
Zhìlì de mínzhòng hái zài

瓦礫[23] 堆中 尋找[24]
wǎlì duīzhōng xúnzhǎo

失蹤[25] 的 親人 時，
shīzōng de qīnrén shí

沿海[26] 地區 竟然 又
yánhǎi dìqū jìngrán yòu

發生 了 海嘯[27]，這
fāshēng le hǎixiào zhè

讓 原本 就 慘重[28]
ràng yuánběn jiù cǎnzhòng

的 災情[29] 更加 雪 上
de zāiqíng gèngjiā xuě shàng

加 霜 。
jiā shuāng

海嘯 來臨 時， 一間 位 在 海岸[30] 邊
hǎixiào láilín shí yìjiān wèi zài hǎiàn biān

的 監獄[31] 眼看著 就 要 被 大浪[32] 所 淹沒[33]。擔任[34] 監獄
de jiānyù yǎnkànzhe jiù yào bèi dàlàng suǒ yānmò dānrèn jiānyù

主管 的 佛里茲（Enrique Fritz）做 了 一個 大膽[35] 的 決定，
zhǔguǎn de Fólǐzī zuò le yíge dàdǎn de juédìng

他 釋放[36] 了 103 個 囚犯[37]。佛里茲 說：「我 不 忍心[38] 把 他們
tā shìfàng le ge qiúfàn Fólǐzī shuō wǒ bù rěnxīn bǎ tāmen

關在 牢房裡 等 死。」幸好 在 海嘯 退去 之後，大部分 的
guānzài láofánglǐ děng sǐ xìnghǎo zài hǎixiào tuìqù zhīhòu dàbùfèn de

囚犯 都 回到 了 監獄，其中[39] 還有 半數[40] 的 囚犯 是 自己
qiúfàn dōu huídào le jiānyù qízhōng háiyǒu bànshù de qiúfàn shì zìjǐ

主動[41] 回來 的。
zhǔdòng huílái de

譯文：yìwén

　　Một trận động đất lớn cấp 18,8 độ Richter đã xảy ra ở Chi Lê, rất
nhiều nhà cửa bị sập, cầu bị gãy, khiến cho hàng trăm người tử nạn, hàng
chục ngàn người dân vô gia cư. Vì các thiết bị điện đã bị thiệt hại nghiêm
trọng, nhiều nơi vừa không có nước lại không có điện, khiến công tác
cứu hộ khó khăn hơn. Trong lúc người dân Chi Lê tìm kiếm người thân

trong đống đổ nát, khu vực ven biển lại có sóng thần, khiến tình hình thiên tai vốn đã nghiêm trọng nay càng tồi tệ hơn. Sóng thần ập đến, một nhà tù ven biển sắp bị sóng thần nhấn chìm. Quản ngục Enrique Fritz đã thực hiện một quyết định táo bạo, anh đã phóng thích 103 tù nhân. Fritz nói: "Tôi không nỡ nhìn thấy họ bị nhốt trong tù chờ chết." May mắn thay, sau khi sóng thần rút đi, hầu hết tù nhân đều trở lại nhà tù, một nửa trong số đó là tự nguyện trở về.

生詞 shēngcí — Từ vựng

1.	雪上加霜	xuě shàng jiā	họa vô đơn chí, liên tiếp gặp tai nạn
2.	農作物	nóngzuòwù	cây nông nghiệp
3.	損害	sǔnhài	tổn hại, gây hại
4.	結霜	jiéshuāng	đóng băng
5.	凍傷	dòngshāng	tổn thương do giá rét
6.	連續	liánxù	liên tục, liên tiếp
7.	遭受	zāoshòu	gặp..., bị..., chịu...
8.	災難	zāinàn	tai nạn
9.	傷害	shānghài	gây hại, làm hại, tổn thương
10.	智利	Zhìlì	Chi Lê

11.	芮氏規模	ruìshì guīmó	độ richter
12.	地震	dìzhèn	động đất
13.	倒塌	dǎotā	sập, sụp đổ
14.	橋梁	qiáoliáng	cây cầu
15.	斷裂	duànliè	đứt gãy
16.	死亡	sǐwáng	chết, tử vong
17.	災民	zāimín	dân bị nạn
18.	無家可歸	wú jiā kě guī	không còn nhà để về, vô gia cư
19.	電力	diànlì	điện lực
20.	既…又…	jì... yòu...	đã… lại…
21.	救援	jiùyuán	cứu viện
22.	民眾	mínzhòng	dân chúng
23.	瓦礫	wǎlì	gạch ngói vụn
24.	尋找	xúnzhǎo	tìm kiếm
25.	失蹤	shīzōng	mất tích
26.	沿海	yánhǎi	vùng duyên hải
27.	海嘯	hǎixiào	sóng thần
28.	慘重	cǎnzhòng	nặng nề, vô cùng nghiêm trọng
29.	災情	zāiqíng	tình hình thiên tai
30.	海岸	hǎiàn	bờ biển

31.	監獄	jiānyù	giám ngục
32.	浪	làng	sóng
33.	淹沒	yānmò	chìm ngập
34.	擔任	dānrèn	đảm nhiệm
35.	大膽	dàdǎn	dũng cảm, gan dạ
36.	釋放	shìfàng	thả, phóng thích
37.	囚犯	qiúfàn	tù nhân
38.	忍心	rěnxīn	nhẫn tâm
39.	其中	qízhōng	trong đó
40.	半數	bànshù	một nửa
41.	主動	zhǔdòng	chủ động

⑨【錦上添花】[1]
jǐn shàng tiān huā

Từ loại	Hàm ý	Ví dụ
Tính từ	+	真是錦上添花

解釋： jiěshì

在 已經 很 美麗 的 絲綢[2] 上 再 繡[3] 上 花朵[4]，比喻 使 原本
zài yǐjīng hěn měilì de sīchóu shàng zài xiù shàng huāduǒ   bǐyù shǐ yuánběn

就 美好 的 事物 變得 更加 美好。
jiù měihǎo de shìwù biànde gèngjiā měihǎo

Giải thích: Thêu hoa lên trên tơ lụa vốn đã rất đẹp, ý chỉ sự vật vốn đã rất
tốt đẹp nay càng tốt đẹp hơn nữa.

例文： lìwén

只要 多 看書，並且 常 常 動筆[5] 練習，要 寫出 通順[6]
zhǐyào duō kànshū bìngqiě chángcháng dòngbǐ liànxí yào xiěchū tōngshùn

的 文 章 並 不難。如果 想 讓 自己 寫作 的 能力 更加
de wénzhāng bìng bùnán rúguǒ xiǎng ràng zìjǐ xiězuò de nénglì gèngjiā

進步，可以 學習 一些 技巧 來 增進[7] 文 章 的 文采[8]。最
jìnbù kěyǐ xuéxí yìxiē jìqiǎo lái zēngjìn wénzhāng de wéncǎi zuì

簡單 的方法[9] 就是 多 認識 成語。
jiǎndān de fāngfǎ jiùshì duō rènshì chéngyǔ

一篇 好 的 文 章，若是 能 適當 的 使用 成語，就
yìpiān hǎo de wénzhāng ruòshì néng shìdàng de shǐyòng chéngyǔ jiù

會 有 錦 上 添 花 的 效果。因爲 成語 本 身 就是 一 種
huì yǒu jǐn shàng tiān huā de xiàoguǒ yīnwèi chéngyǔ běnshēn jiùshì yìzhǒng

譬喻[10]，能 生 動 的 把 想 要 說明[11] 的 狀 況 [12]
pìyù néng shēngdòng de bǎ xiǎngyào shuōmíng de zhuàngkuàng

描寫 出來，使 文 章 讀[13] 起來 更 有 趣[14]。除 此 之 外[15]，
miáoxiě chūlái shǐ wénzhāng dú qǐlái gèng yǒu qù chú cǐ zhī wài

成語 可以 把 複雜[16] 的 意思[17] 用 簡 短 的 字句 表達[18]
chéngyǔ kěyǐ bǎ fùzá de yìsi yòng jiǎnduǎn de zìjù biǎodá

出來，省去[19] 許多 麻煩 的 解釋， 文 章 的 敘述 便 會 更
chūlái shěngqù xǔduō máfán de jiěshì wénzhāng de xùshù biàn huì gèng

簡潔 有力[20]。所以，學習 成 語 對 寫作 文 章 絕對[21] 是 有
jiǎnjié yǒulì suǒyǐ xuéxí chéngyǔ duì xiězuò wénzhāng juéduì shì yǒu

加分[22] 的 作用[23]。
jiāfēn de zuòyòng

譯 文：yìwén

　　Chỉ cần đọc nhiều sách, và thường xuyên luyện viết, thì việc viết
một bài văn hay mượt mà không khó khăn cho lắm. Nếu bạn muốn khả
năng viết văn của mình tiến bộ hơn, bạn có thể tìm hiểu một số mẹo nhỏ

để giúp bài văn thêm hay. Cách đơn giản nhất là học thêm nhiều thành ngữ. Một bài văn hay, nếu dùng đúng thành ngữ, sẽ tạo hiệu quả "thêu hoa trên gấm". Vì thành ngữ chính nó đã là một phép ẩn dụ, có thể miêu tả một cách sinh động sự việc bạn muốn đề cập đến, khiến bài văn thú vị hơn. Ngoài ra, thành ngữ có thể diễn đạt những ý phức tạp ngắn gọn hơn, lược đi những giải thích dông dài, khiến bài văn súc tích cô động hơn. Vì vậy, học thành ngữ có tác dụng rất lớn đối với việc viết lách.

生詞 shēngcí Từ vựng

1.	錦上添花	jǐn shàng tiān huā	tthêu hoa trên gấm, ý chỉ làm cho sự vật đẹp thêm
2.	絲綢	sīchóu	tơ lụa
3.	繡	xiù	thêu
4.	花朵	huāduǒ	hoa
5.	動筆	dòngbǐ	cầm bút, cầm viết
6.	通順	tōngshùn	lưu loát, thông suốt
7.	增進	zēngjìn	tăng thêm
8.	文采	wéncǎi	tài văn chương
9.	方法	fāngfǎ	phương pháp

10.	譬喻	pìyù	phép ẩn dụ
11.	說明	shuōmíng	giải thích
12.	狀況	zhuàngkuàng	tình hình, tình trạng
13.	讀	dú	đọc
14.	有趣	yǒuqù	thú vị
15.	除此之外	chú cǐ zhī wài	ngoài ra
16.	複雜	fùzá	phức tạp
17.	意思	yìsi	ý nghĩa
18.	表達	biǎodá	biểu đạt
19.	省去	shěngqù	giảm đi
20.	簡潔有力	jiǎnjié yǒulì	súc tích
21.	絕對	juéduì	tuyệt đối
22.	加分	jiāfēn	thêm điểm
23.	作用	zuòyòng	tác dụng

【風平浪靜】 [1]
fēng píng làng jìng

Từ loại	Hàm ý	Ví dụ
Tính từ	+	一切都風平浪靜了

解釋： jiěshì

海面[2] 上 沒有 風浪[3]，顯得 很 平靜。也 可 用來 形容
hǎimiàn shàng méiyǒu fēnglàng xiǎnde hěn píngjìng　yě kě yònglái xíngróng

平靜 無事，沒有 衝突[4] 的 狀態[5]。
píngjìng wúshì　méiyǒu chōngtú de　zhuàngtài

Giải thích: Mặt biển không gợn sóng, rất tĩnh lặng. Cũng có thể dùng để diễn tả sự bình yên vô sự, không có xung đột.

例文： lìwén

　小　王 在 一家 建設[6] 公司　上 班。最近，總經理　即將
　Xiǎo Wáng zài　yìjiā jiànshè gōngsī shàngbān　zuìjìn　zǒngjīnglǐ jíjiāng

要 退休[7] 了，有 好 幾 位　主管　都　想　爭取[8] 升遷[9] 的
yào tuìxiū le　yǒu hǎo jǐ wèi zhǔguǎn dōu xiǎng zhēngqǔ shēngqiān de

機會。公司裡 的 氣氛 開始 變得 很 奇怪，表 面　上[10]
dìjīhuì　gōngsīlǐ de　qìfēn kāishǐ biànde hěn qíguài　biǎomiàn shàng

看起來 風 平 浪 靜，一 片 祥和[11]，其實 私底下[12] 競 爭
kànqǐlái fēng píng làng jìng yí piàn xiánghé qíshí sīdǐ xià jìngzhēng

相 當 激烈。
xiāngdāng jīliè

　　小 王 很 怕 自己 得罪[13] 了 任何[14] 一方，總 是 小心
　　Xiǎo Wáng hěn pà zìjǐ dézuì le rènhé yìfāng zǒngshì xiǎoxīn

翼翼[15] 的 不敢 亂[16] 說 話。因為 萬一 得罪 了 未來 的 總經理，
yìyì de bùgǎn luàn shuōhuà yīnwèi wànyī dézuì le wèilái de zǒngjīnglǐ

以後 的 日子 就 難過 了。幸好 不久 之後，人事 命 令[17]
yǐhòu de rìzi jiù nánguò le xìnghǎo bùjiǔ zhīhòu rénshì mìnglìng

公布[18] 了。新任[19] 的 總經理 是 從 其他 公司 高薪 挖角[20]
gōngbù le xīnrèn de zǒngjīnglǐ shì cóng qítā gōngsī gāoxīn wājiǎo

過來 的。雖然 大家 都 很 意外，但 總算[21] 是 平息[22] 了 這
guòlái de suīrán dàjiā dōu hěn yìwài dàn zǒngsuàn shì píngxí le zhè

場 風波[23]。
chǎng fēngpō

譯 文：yìwén

　　Tiểu Vương làm việc trong một công ty xây dựng. Gần đây, tổng giám đốc sắp về hưu, có nhiều chủ quản muốn tranh giành cơ hội thăng tiến này. Bầu không khí trong công ty trở nên rất kỳ lạ, bề ngoài nhìn vào có vẻ rất tĩnh lặng, rất vui vẻ hòa nhã, thật ra bên trong đang cạnh tranh rất khốc liệt. Tiểu Vương rất sợ mình đắc tội với bất kỳ bên nào, nên luôn dè đặt không dám nói lung tung. Vì nếu đắc tội với tổng giám đốc mới, thời gian sau này sẽ rất khó khăn. May mắn thay, không lâu sau, thông báo nhân sự đã được công bố. Tổng giám đốc mới là từ công ty khác tuyển về với lương cao. Tuy mọi người đều rất ngạc nhiên, nhưng cuối cùng cũng đã dẹp yên được trận phong ba này.

 Từ vựng

1.	風平浪靜	fēng píng làng jìng	trời yên biển lặng
2.	海面	hǎimiàn	mặt biển
3.	風浪	fēnglàng	sóng gió
4.	衝突	chōngtú	xung đột
5.	狀態	zhuàngtài	trạng thái
6.	建設	jiànshè	xây dựng
7.	退休	tuìxiū	về hưu
8.	爭取	zhēngqǔ	tranh giành
9.	升遷	shēngqiān	thăng tiến
10.	表面上	biǎomiànshàng	bề ngoài, bề mặt
11.	祥和	xiánghé	vui vẻ hòa nhã

12.	私底下	sīdǐxià	bên trong, lén lút âm thầm
13.	得罪	dézuì	đắc tội
14.	任何	rènhé	bất kỳ
15.	小心翼翼	xiǎoxīn yìyì	cẩn thận từng li từng tí, dè đặt
16.	亂	luàn	lung tung
17.	命令	mìnglìng	mệnh lệnh, chỉ thị
18.	公布	gōngbù	công bố
19.	新任	xīnrèn	người mới nhậm chức
20.	挖角	wājiǎo	săn đón, ý chỉ mời nhân tài từ công ty khác về công ty mình làm việc
21.	總算	zǒngsuàn	cuối cùng cũng
22.	平息	píngxí	lắng lại, dẹp yên
23.	風波	fēngpō	phong ba bão táp

文化篇

① 【東施效顰】[1]
dōng shī xiào pín

Từ loại	Hàm ý	Ví dụ
Động từ	-	請別再東施效顰

解釋：jiěshì

長 得　醜[2] 的 東施[3]　想　變 得 和 西施[4] 一 樣 美，於是
zhǎngde　chǒu de Dōngshī　xiǎng　biànde hàn Xīshī yíyàng měi yúshì

模仿[5] 西施 心痛[6] 皺[7] 眉頭[8/9] 的　表 情，結果 反而[10]　讓 自己
mófǎng Xīshī xīntòng zhòu méitóu de biǎoqíng jiéguǒ fǎnér　ràng zìjǐ

看 起來 更　醜 了。比喻 笨拙[11] 的 模仿 別人，不但 學得
kàn qǐlái gèng chǒu le biyù bènzhuó de mófǎng biérén búdàn xuéde

不 像，而且 還 顯得[12] 愚蠢[13] 可笑[14]。
bú xiàng érqiě hái xiǎnde yúchǔn kěxiào

Giải thích: Đông Thi xấu xí vì muốn đẹp như Tây Thi, nên bắt chước vẻ mặt nhăn mày của Tây Thi khi đau tim, kết quả ngược lại khiến bản thân xấu hơn nữa. Thành ngữ này ẩn dụ việc bắt chước người khác một cách ngu ngốc, không chỉ học không giống, mà còn khiến bản thân trở nên ngu xuẩn buồn cười hơn.

阿花 自從 看過 李安[15] 導演[16] 的 電影《色戒》[17] 之後，
Ā Huā zì cóng kànguò Lǐ Ān dǎoyǎn de diànyǐng Sèjiè zhīhòu

就 迷上[18] 了 劇中 人物 復古[19] 的 造型。阿花 買 了 髮油[20]
jiù míshàng le jùzhōng rénwù fùgǔ de zàoxíng Ā Huā mǎi le fǎyóu

和 梳子[21]，要求[22] 她 的
hàn shūzi yāoqiú tā de

男 朋 友 阿祥 ，要
nánpéngyǒu Ā Xiáng yào

像 男主角 一樣 梳[23]
xiàng nánzhǔjué yíyàng shū

西裝頭[24] 。她 自己
xīzhuāngtóu tā zìjǐ

則是 模仿 女主角，
zéshì mófǎng nǔzhǔjué

買了 好 幾件 旗袍[25] 來
mǎile hǎo jǐjiàn qípáo lái

穿 。可是 阿花 的
chuān kěshì Ā Huā de

身材[26] 胖胖 的 ，
shēncái pàngpàng de

勉強 穿上 緊身[27]
miǎnqiǎng chuānshàng jǐnshēn

旗袍，反而 讓 自己 看起來 更 臃腫[28]。阿祥 雖然
qípáo fǎnér ràng zìjǐ kànqǐlái gèng yōngzhǒng Ā Xiáng suīrán

覺得 阿花 穿 旗袍 不好看，卻 不 知道 要 如何 開口 跟 她
juéde Ā Huā chuān qípáo bùhǎokàn què bù zhīdào yào rúhé kāikǒu gēn tā

說。化妝[29] 或是 穿著[30]，都 要 配合 自己 的 條件 來
shuō huàzhuāng huò shì chuānzhuó dōu yào pèihé zìjǐ de tiáojiàn lái

打扮，如果 只是 盲目[31] 的 模仿 別人，結果 就 會 像 東
dǎbàn rúguǒ zhǐshì mángmù de mófǎng biérén jiéguǒ jiù huì xiàng dōng

施 效 顰 一樣，不但 得不到 好 的 效果，還 讓 自己 變得
shī xiào pín yíyàng búdàn débúdào hǎo de xiàoguǒ hái ràng zìjǐ biànde

可笑。
kěxiào

譯文：yìwén

　　A Hoa từ sau khi xem xong bộ phim "Sắc Giới" của Lý An, đã bị cuốn hút bởi phong cách cổ điển của những nhân vật trong phim. A Hoa mua về một chai dầu chải tóc và một cây lược, muốn bạn trai mình là A Tường, phải chải kiểu đầu như nhân vật nam chính trong phim. Còn cô ấy thì bắt chước nữ diễn viên chính, mua rất nhiều bộ sườn xám về mặc. Nhưng dáng người của A Hoa khá mập, cố gắng mặc sườn xám vào chỉ khiến bản thân trở nên cồng kềnh hơn. hầu như không mặc váy bó sát, nhưng làm cho họ trông cồng kềnh. A Tường tuy thấy sườn xám của Hoa không đẹp, nhưng không biết phải nói như thế nào với cô. Dù trang điểm hay ăn mặc, bạn phải xem điều kiện của mình như thế nào, nếu chỉ bắt chước người khác một cách mù quáng, kết quả sẽ giống như "Đông Thi hiệu tần", kết quả vừa không tốt, lại còn khiến bản thân trở nên ngu ngốc buồn cười nữa.

Từ vựng

1.	東施效顰	dōng shī xiào pín	học đòi, bắt chước một cách vụng về
2.	醜	chǒu	xấu xí
3.	東施	Dōngshī	Đông Thi
4.	西施	Xīshī	Tây Thi
5.	模仿	mófǎng	bắt chước, mô phỏng
6.	心痛	xīntòng	đau tim, đau lòng
7.	皺	zhòu	nhăn, nhíu
8.	眉頭	méitóu	mày, phần giữa hai chân mày
9.	皺眉頭	zhòuméitóu	chau mày, nhíu mày
10.	反而	fǎnér	trái lại, ngược lại
11.	笨拙	bènzhuó	vụng về, ngốc nghếch
12.	顯得	xiǎnde	lộ ra, hiện ra

13.	愚蠢	yúchǔn	ngu xuẩn, ngu ngốc
14.	可笑	kěxiào	buồn cười
15.	李安	Lǐ Ān	Lý An
16.	導演	dǎoyǎn	đạo diễn
17.	色戒	Sèjiè	Sắc Giới
18.	迷上	míshàng	mê, say mê
19.	復古	fùgǔ	phục cổ, cổ điển
20.	髮油	fǎyóu	tóc tai
21.	梳子	shūzi	cây lược
22.	要求	yāoqiú	yêu cầu
23.	梳	shū	chải
24.	西裝頭	xīzhuāngtóu	kiểu tóc nam cắt gọn
25.	旗袍	qípáo	sườn sám
26.	身材	shēncái	dáng người
27.	緊身	jǐnshēn	chật, bó sát người
28.	臃腫	yōngzhǒng	mập mạp, béo, cồng kềnh
29.	化妝	huàzhuāng	trang điểm
30.	穿著	chuānzhuó	đeo
31.	盲目	mángmù	mù quáng

② 【班門弄斧】[1]
bān mén nòng fǔ

Từ loại	Hàm ý	Ví dụ
Động từ	-	你別班門弄斧了

解釋： jiěshì

魯班[2]是 中國 古代 有名 的 工匠[3]。班 門 弄 斧 就是
Lǔ Bān shì Zhōngguó gǔdài yǒumíng de gōngjiàng bān mén nòng fǔ jiùshì

在 魯 班 家 門口 耍弄[4] 斧頭[5]，比喻 不 自 量 力[6]，在
zài Lǔ Bān jiā ménkǒu shuǎnòng fǔtou bǐyù bú zì liàng lì zài

專 家 面前 賣弄 自己 的 技巧。
zhuānjiā miànqián màinòng zìjǐ de jìqiǎo

Giải thích: Lỗ Ban là một thợ thủ công nổi tiếng ở Trung Quốc thời cổ. Câu thành ngữ này ý nói trước cổng nhà Lỗ Ban múa rìu, khác nào không tự lượng sức mình, đứng trước chuyên gia khoe khoang kỹ năng của mình.

例文： lìwén

過年 的 時候，大家 都 會 在 門口 貼上 紅色 的
guònián de shíhòu dàjiā dōu huì zài ménkǒu tiēshàng hóngsè de

春聯[7]， 上 面 寫著 吉祥[8] 或 是 祝福 的 字，祈禱 新 的 一
chūnlián shàngmiàn xiězhe jíxiáng huò shì zhùfú de zì qídǎo xīn de yì

年 能 有 好 的 運氣[9]。 小 陳 住 的 社區[10] 今年 舉辦[11] 了
nián néng yǒu hǎo de yùnqì Xiǎo Chén zhù de shèqū jīnnián jǔbàn le

「春聯 DIY」 的 活動， 邀請 社區 的 住戶 一起 動筆 寫
chūnlián de huódòng yāoqǐng shèqū de zhùhù yìqǐ dòngbǐ xiě

春聯。
chūnlián

　　王 伯伯 是 一位 有名 的 書法[12] 老師，他 熱心 的
Wáng bóbo shì yíwèi yǒumíng de shūfǎ lǎoshī tā rèxīn de

提供[13] 了 毛筆[14] 等 文具[15]，還 在 現場[16] 幫 忙 指導[17] 大
tígōng le máobǐ děng wénjù hái zài xiànchǎng bāngmáng zhǐdǎo dà

家。看見 小 陳 寫 的 春聯， 王 伯伯 稱讚[18] 說：「哇！
jiā kànjiàn Xiǎo Chén xiě de chūnlián Wáng bóbo chēngzàn shuō wā

小 陳，你 的 毛筆字 寫得 真好！」 小 陳 不好意思 的
Xiǎo Chén nǐ de máobǐzì xiěde zhēnhǎo Xiǎo Chén bùhǎoyìsi de

說：「在 王 伯伯 面 前 寫 書法，實在 是 班 門 弄 斧。
shuō zài Wáng bóbo miànqián xiě shūfǎ shízài shì bān mén nòng fǔ

還 請 多 多 指教[19]！」 兩個 人 開始 聊起 寫 書法 的 經驗，
hái qǐng duō duō zhǐ jiào liǎngge rén kāishǐ liáoqǐ xiě shūfǎ de jīngyàn

直到 活動 結束[20] 還 捨不得[21] 回家。
zhídào huódòng jiéshù hái shěbùdé huíjiā

Mỗi khi Tết đến, mọi người đều dán câu đối đỏ lên trước cổng, trên câu đối thường viết những điều may mắn hay chúc phúc, cầu cho năm mới gặp nhiều may mắn. Tại khu phố nơi Tiểu Trần sống năm nay tổ chức hoạt động "DIY viết câu đối", mời mọi người sống trong khu phố cùng tham gia viết câu đối. Bác Vương là một giáo viên dạy thư pháp nổi tiếng, bác rất nhiệt tình cung cấp bút lông và những dụng cụ khác, còn đến tận nơi giúp đỡ hướng hướng dẫn mọi người. Khi nhìn thấy câu đối của tiểu Trần viết, bác Vương khen rằng: "Ồ, tiểu Trần viết đẹp quá!" Tiểu Trần e thẹn nói: "Viết thư pháp trước mặt bác Vương, đúng là múa rìu qua mắt thợ, cháu còn phải học hỏi nhiều ạ!" Nói rồi bác Vương và tiểu Trần bắt đầu chia sẻ những kinh nghiệm về thư pháp, cho đến khi hoạt động kết thúc vẫn không nỡ về nhà.

生詞 shēngcí Từ vựng

1.	班門弄斧	bān mén nòng fǔ	múa rìu qua mắt thợ
2.	魯班	Lǔ Bān	Lỗ Ban (khoảng 507 TCN – 444 TCN). Ông là thợ thủ công nổi tiếng cuối thời Xuân Thu trong lịch sử Trung Quốc, người nước Lỗ, được người đời sau tôn là sư tổ của nghề thủ công ở Trung Quốc. Lỗ Ban có những phát minh hữu ích về máy móc, đồ gỗ, thủ công mỹ nghệ, theo truyền thuyết thì những công cụ như cưa, dùi, bào, xẻng, thước xếp, ống mực thợ mộc vv.. đều do ông phát minh.
3.	工匠	gōngjiàng	thợ thủ công
4.	耍弄	shuǎnòng	trêu đùa, trêu chọc
5.	斧頭	fǔtou	búa, rìu
6.	不自量力	bú zì liàng lì	không tự lượng sức mình
7.	春聯	chūnlián	câu đối xuân
8.	吉祥	jíxiáng	cát tường, vận may
9.	運氣	yùnqì	vận may
10.	社區	shèqū	khu phố, khu vực

11.	舉辦	jǔbàn	tổ chức
12.	書法	shūfǎ	thư pháp
13.	提供	tígōng	cung cấp
14.	毛筆	máobǐ	bút lông
15.	文具	wénjù	văn phòng phẩm
16.	現場	xiànchǎng	hiện trường, nơi trực tiếp xảy ra sự việc
17.	指導	zhǐdǎo	chỉ đạo, hướng dẫn
18.	稱讚	chēngzàn	tán thưởng, khen ngợi
19.	請多多指教	qǐng duō duō zhǐ jiào	xin hãy chỉ giáo thêm
20.	結束	jiéshù	kết thúc
21.	捨不得	shěbùdé	không nỡ, luyến tiếc

③【醉翁之意不在酒】¹
zuì wēng zhī yì bú zài jiǔ

Từ loại	Hàm ý	Ví dụ
Danh từ	+/-	〔某事〕是醉翁之意不在酒

解釋：jiěshì

比喻 眞 正 的 目的 不在 這裡，而是 有 其他 的 想法。
bǐyù zhēnzhèng de mùdì bú zài zhèlǐ érshì yǒu qítā de xiǎngfǎ

醉 翁² 是 宋代³ 文學家 歐陽 修⁴ 的 號⁵，他 曾 寫 文 章
zuì wēng shì Sòngdài wénxuéjiā Ōuyáng Xiū de hào tā céng xiě wénzhāng

說：「醉 翁 之 意 不在 酒，在 乎 山 水 之 間 也！」⁶，
shuō zuì wēng zhī yì bú zài jiǔ zài hū shān shuǐ zhī jiān yě

意思 是 醉 翁 的「醉」⁷ 不 是 因爲 喝酒，而 是 因爲
yìsi shì zuì wēng de zuì búshì yīnwèi hējiǔ érshì yīnwèi

欣賞了 山水⁸ 的 美景⁹ 而 覺得 陶醉¹⁰ 啊！
xīnshǎngle shānshuǐ de měijǐng ér juéde táozuì a

Giải thích: Ẩn dụ mục đích chính không nằm ở đây, mà là một điều gì khác. Túy Ông là bút hiệu của Âu Dương Tu, một nhà văn, nhà thơ đời Tống, ông từng viết: "Tuý Ông chi ý bất tại tửu, tại hồ sơn thuỷ chi gian!", nghĩa là Túy Ông không phải say do uống rượu, mà say vì phong cảnh non nước hữu tình!

老　王　和　太太　去　參觀[11]　車展[12]。　現　場　有　許多　造型
Lǎo Wáng hàn tàitai qù cānguān chēzhǎn　xiànchǎng yǒu xǔduō zàoxíng

特別[13]　的　跑車[14]，還有　美麗　的　賽車女郎[15]　走秀[16]　表演[17]。
tèbié　de pǎochē　háiyǒu měilì de sàichēnǚláng　zǒuxiù biǎoyǎn

王　太太　對　老　王　說：「老公，你　最　喜歡　哪　一臺　車
Wáng tàitai duì Lǎo Wáng shuō　lǎogōng nǐ zuì xǐhuān nǎ yìtái chē

呀？」
ya

老　王　隨口[18]　回答[19]：「都　差不多[20]　吧！」
Lǎo Wáng suíkǒu huídá　dōu chàbùduō ba

王　太太　用　懷疑的　眼神　看著　老　王　說：「嗯！
Wáng tàitai yòng huáiyí de yǎnshén kànzhe Lǎo Wáng shuō　ēn

你　在　認眞　看車　嗎？」
nǐ zài rènzhēn kànchē ma

老　王　說：「當然[21]，來　車展　不看車　看什麼？」
Lǎo Wáng shuō　dāngrán　lái chēzhǎn bú kànchē kànshéme

王　太太　說：「我　看　你　是　醉　翁　之意　不在　酒　吧。
Wáng tàitai shuō　wǒ kàn nǐ shì zuì wēng zhī yì bú zài jiǔ ba

別人　來　車展，拍　的　都是　車子　的　照片，爲什麼　你　的　相機
biérén lái chēzhǎn pāi de dōushì chēzi de zhàopiàn wèishéme nǐ de xiàngjī

拍　的　都是　賽車女郎　的　照片　呢？」
pāi de dōushì sàichē nǚláng de zhàopiàn ne

老王 裝出 一臉無辜[22] 的 表情 說：「是呀！這
Lǎo Wáng zhuāngchū yìliǎn wúgū de biǎoqíng shuō shì ya zhè

主辦單位[23] 真是 糟糕[24]！ 叫 那麼多 女孩子 站在 車子
zhǔbàndānwèi zhēnshì zāogāo jiào nàmeduō nǚháizi zhànzài chēzi

前面， 擋[25] 到我的 鏡頭[26]，害我 都 拍不到 車子。」
qiánmiàn dǎng dào wǒ de jìngtóu hài wǒ dōu pāibúdào chēzi

譯文：yìwén

　　Ông Vương và vợ cùng đi tham quan triển lãm xe. Tại đó có rất nhiều mẫu xe đua thể thao kiểu dáng đặc biệt, còn có rất nhiều người mẫu xe biểu diễn catwalk.

　　Bà Vương nói với chồng: "Ông xã, anh thích chiếc xe nào nhất?"

　　Ông Vương không chút suy nghĩ liền trả lời: "Cũng như nhau thôi!". Bà Vương nhìn chồng với ánh mắt nghi ngờ: "Ừm, anh có thật đang xem xe không đó?". Ông Vương nói: "Đương nhiên, đến triển lãm xe không xem xe thì xem gì?". Bà Vương nói: "Em thấy anh có dụng ý khác thì hơn. Người khác đến triển lãm xe đều chụp hình xe, tại sao trong máy ảnh của anh toàn là hình của các cô người mẫu chứ?". Ông Vương ra vẻ vô tội nói: "Thì đó! Đơn vị tổ chức này thật tệ! Gọi mấy cô người mẫu đứng trước xe, che cả ống kính của anh, làm anh không chụp được xe nè!"

Từ vựng

1.	醉翁之意不在酒 zuì wēng zhī yì bú zài jiǔ		Ý của Túy Ông không ở trong rượu, ý chỉ lời nói có dụng ý khác
2.	醉翁	zuì wēng	Túy Ông
3.	宋代	Sòng dài	Thời Tống, khoảng từ năm 960 đến 1279
4.	歐陽修	Ōuyáng Xiū	Âu Dương Tu (1007-1072) là một nhà nho, nhà thơ, nhà văn, quan viên thời Bắc Tống
5.	號	hào	Số, hiệu. (Trong bài viết nghĩa là hiệu, bút danh của tác giả)
6.	醉翁之意不在酒，在乎山水之間也 zuì wēng zhī yì bú zài jiǔ, zài hū shān shuǐ zhī jiān yě **khi uống rượu, tâm trạng không phải ở rượu mà ở cảnh núi non**		
7.	醉	zuì	say, say rượu
8.	山水	shānshuǐ	cảnh sơn thủy, phong cảnh
9.	美景	měijǐng	cảnh đẹp
10.	陶醉	táozuì	say xưa, ngây ngất, say mê
11.	參觀	cānguān	tham quan
12.	車展	chēzhǎn	triển lãm xe

13.	特別	tèbié	đặc biệt
14.	跑車	pǎochē	xe đua
15.	賽車女郎	sàichēnǔláng	người mẫu xe đua
16.	走秀	zǒuxiù	biểu diễn catwalk
17.	表演	biǎoyǎn	biểu diễn
18.	隨口	suíkǒu	nói thiếu suy nghĩ
19.	回答	huídá	trả lời
20.	差不多	chàbuduō	gần như, hầu như, xấp xỉ
21.	當然	dāngrán	đương nhiên
22.	無辜	wúgū	vô tội
23.	主辦單位	zhǔbàndānwèi	ban tổ chức
24.	糟糕	zāogāo	tệ, hỏng
25.	擋	dǎng	chặn, ngăn cản
26.	鏡頭	jìngtóu	ống kính

㉔【杞人憂天】[1]
qǐ rén yōu tiān

Từ loại	Hàm ý	Ví dụ
Tính từ	+/-	你別杞人憂天了

解釋： jiěshì

比喻 過度[2] 的 擔心，或是 指 沒有 根據 的 煩惱[3]。 從前 在
bǐyù guòdù de dānxīn huòshì zhǐ méiyǒu gēnjù de fánnǎo cóngqián zài

杞國[4] 有 一個 人，因爲 害怕 天 會 掉下來，擔心得 吃不下飯
Qǐguó yǒu yíge rén yīnwèi hàipà tiān huì diàoxiàlái dānxīnde chībúxiàfàn

也 睡不著覺。後來 有 人 告訴 他，天 是 由 空氣 組成[5]
yě shuìbùzháojiào hòulái yǒu rén gàosù tā tiān shì yóu kōngqì zǔchéng

的，就算 天 掉下來，被 空氣 打到 也 不會 受 傷。這個
de jiùsuàn tiān diàoxiàlái bèi kōngqì dǎdào yě búhuì shòushāng zhège

杞國人 聽 了之後，終 於 鬆 了一口氣[6]，不再 害怕。
Qǐguórén tīng le zhīhòu zhōngyú sōng le yìkǒuqì bú zài hàipà

Giải thích: Ý chỉ việc lo lắng quá mức, hoặc những phiền muộn vô căn
cứ. Ngày xưa ở nước Kỷ, có một người vì lo sợ trời sẽ sập xuống nên
ngày đêm lo lắng, cơm ăn không ngon, ngủ không được yên. Về sau
có người nói với ông rằng, trời do không khí tạo thành, dù cho trời sập
xuống, thì bị không khí đánh trúng cũng không bị tổn thương. Người
nước Kỷ này sau khi nghe xong, thở phào nhẹ nhõm, nên không còn sợ

hãi nǔa.

例文：lìwén

阿明 的太太 懷孕[7] 了，他們 夫妻 兩人 非常 高興，
Ā Míng de tàitai huáiyùn le tāmen fūqī liǎngrén fēicháng gāoxìng

一起 到 百貨公司 去 準備 布置 嬰兒[8] 房 的 用品。他們
yìqǐ dào bǎihuògōngsī qù zhǔnbèi bùzhì yīngér fáng de yòngpǐn tāmen

先 買 了 一 張 嬰兒床，然後 又 去 買 了 寶寶[9] 的 衣服 和
xiān mǎi le yìzhāng yīngérchuáng ránhòu yòu qù mǎi le bǎobao de yīfú hàn

手套。走著 走著，阿 明 夫婦 來到 了 玩具[10] 部門[11]。
shǒutào zǒuzhe zǒuzhe Ā Míng fūfù láidào le wánjù bùmén

阿明 ：「哇！現在 的 玩具 做得 眞 精緻[12]。你 看，這個
Ā Míng wā xiànzài de wánjù zuòde zhēn jīngzhì nǐ kàn zhèige

積木上 印 了 英 文 字母，可以 邊 玩 邊 學 英文。」
jīmùshàng yìn le yīngwén zìmǔ kěyǐ biān wán biān xué yīngwén

阿 明 的太太：「小孩子 玩 遊戲 高興 就 好 了，不
Ā Míng de tàitai xiǎoháizi wán yóuxì gāoxìng jiù hǎo le bù

需 要 給 他 壓力 吧？」
xū yào gěi tā yālì ba

阿明 ：「英文 很 重要，要是 沒有 早早 把 英 文 學
Ā Míng yīngwén hěn zhòngyào yàoshì méiyǒu zǎozao bǎ yīngwén xué

好，將來 怎麼 找得到 工作 呢？」
hǎo jiānglái zěme zhǎodedào gōngzuò ne

阿明 的 太太：「寶寶 都 還 沒 出生，你 就 開始
Ā Míng de tàitai bǎobao dōu hái méi chūshēng nǐ jiù kāishǐ

煩惱 他 找 不 到 工 作，會不會 太 杞 人 憂 天 了 啊！」
fánnǎo tā zhǎobúdào gōngzuò huìbúhuì tài qǐ rén yōu tiān le a

譯文：yìwén

　　Vợ của Minh có thai, cả hai vợ chồng rất hạnh phúc, cùng nhau đến trung tâm mua sắm để chuẩn bị những vật dụng trang trí cho căn phòng của bé. Họ mua một cái nôi em bé trước, sau đó mua quần áo và bao tay cho bé. Đi dạo một lúc, hai vợ chồng Minh đến trước cửa hàng đồ chơi. Minh nói: "Wow, bây giờ đồ chơi được làm rất tinh tế. Em xem này, bộ đồ chơi xếp hình bằng gỗ này có in bảng chữ cái tiếng Anh nữa, có thể vừa chơi vừa học tiếng Anh." Vợ của Minh nói: "Trẻ con chơi vui là được rồi, không nên tạo áp lực cho chúng đâu!". Minh nói: "Tiếng Anh rất quan trọng, nếu không học tiếng Anh từ sớm, sau này làm sao tìm được việc làm chứ?". Vợ của Minh nói: "Con còn chưa ra đời, anh đã lo nghĩ tìm không được việc, có phải đã lo xa quá rồi không?".

生詞 shēngcí Từ vựng

1.	杞人憂天	qǐ rén yōu tiān	người nước Kỷ lo sợ trời sập, ý chỉ việc buồn lo vô cớ, lo bò trắng răng
2.	過度	guòdù	quá độ, quá mức
3.	煩惱	fánnǎo	phiền não
4.	杞國	Qǐguó	nước kỷ
5.	組成	zǔchéng	tạo thành, hợp thành
6.	鬆了一口氣	sōngle yìkǒuqì	thở phào, nhẹ hẳn cả người
7.	懷孕	huáiyùn	mang thai
8.	嬰兒	yīngér	trẻ sơ sinh
9.	寶寶	bǎobao	cục cưng, bé cưng
10.	玩具	wánjù	đồ chơi
11.	部門	bùmén	bộ phận
12.	精緻	jīngzhì	tinh tế, tinh xảo

⑤【成人之美】[1]
chéng rén zhī měi

Từ loại	Hàm ý	Ví dụ
Danh từ	+	這也是成人之美

解釋：jiěshì

幫助 他人 完成[2] 美好[3] 的 事情，多 用 在 勸人 助人
bāngzhù tārén wánchéng měihǎo de shìqíng duō yòng zài quànrén zhùrén

或 成 全 別人。《論語》[4] 裡 有 一句 話 說：「君子[5] 成
huò chéngquán biérén Lúnyǔ lǐ yǒu yíjù huà shuō jūnzǐ chéng

人 之美。」[6] 意思 是 有 品德[7] 的 君子 會 幫助 他人 做 好
rén zhī měi yìsi shì yǒu pǐndé de jūnzǐ huì bāngzhù tārén zuò hǎo

的 事情。
de shìqíng

Giải thích: Giúp đỡ người khác hoàn thành một việc gì đó, thường dùng
để khuyên người khác nên giúp đỡ hoặc giúp người khác hoàn thành
ước nguyện. Trong "Luận Ngữ" có câu: "Quân tử thành nhân chi mỹ." Ý
muốn nói người quân tử nên giúp người khác hoàn thành tâm nguyện.

例文：lìwén

阿 明 夫妻 來到 一間 珠寶[8]店，看 上 了一只 戒指[9]。
Ā Míng fūqī láidào yìjiān zhūbǎodiàn kàn shàng le yìzhǐ jièzhǐ

阿 明 決定 買來 送 給太太，做爲結婚 週年 的 禮物。
Ā Míng juédìng mǎi lái sòng gěi tàitai zuòwéi jiéhūn zhōunián de lǐwù

這時 有 另 一位 客人 表示 也 想要 買這只戒指。
zhè shí yǒu lìng yíwèi kèrén biǎoshì yě xiǎngyào mǎi zhè zhǐ jièzhǐ

　　阿 明 ：「這只 戒指 是 我 先 看到 的，所以 請 你 買
　　Ā Míng zhè zhǐ jièzhǐ shì wǒ xiān kàndào de suǒyǐ qǐng nǐ mǎi

別只吧！」
bié zhǐ ba

　　客人 ：「對不起！可是我的母親 非常 喜歡 這只戒
　　kèrén duìbùqǐ kěshì wǒ de mǔqīn fēicháng xǐhuān zhè zhǐ jiè

指。先前 她 捨不得 買，來 看了 好 幾次。明天 是她的
zhǐ xiānqián tā shěbùdé mǎi lái kànle hǎo jǐcì míngtiān shì tā de

生日，我 想 買下來 送給 她，拜託 你 讓 給 我 好 嗎？」
shēngrì wǒ xiǎng mǎixiàlái sònggěi tā bàituō nǐ ràng gěi wǒ hǎo ma

　　阿 明 ：「可是……」
　　Ā Míng kěshì

　　阿 明 的太太：「老公，你 就 讓 他 買 吧！俗話 說 ：
　　Ā Míng de tàitai lǎogōng nǐ jiù ràng tā mǎi ba súhuà shuō

『君 子 有 成 人 之 美』，他 也是 出自一片 孝心[10]， 想
jūn zǐ yǒu chéng rén zhī měi tā yě shì chū zì yípiàn xiàoxīn xiǎng

要 孝順[11] 他 的 母親 呀！我 們 再 看 別 只 就 好 了。」
yào xiàoshùn tā de mǔqīn ya wǒmen zài kàn bié zhǐ jiù hǎo le

阿 明：「好 吧！就 照 老婆 的 意思 囉！」
Ā Míng hǎo ba jiù zhào lǎopó de yìsi luō

客人：「眞 是 太 感謝 你們 了！」
kèrén zhēn shì tài gǎnxiè nǐmen le

譯 文：yìwén

Hai vợ chồng Minh đến cửa hàng trang sức, họ ưng ý một chiếc nhẫn. Minh quyết định mua tặng vợ như một món quà kỷ niệm ngày cưới. Lúc này có một vị khách đến ngỏ ý muốn mua chiếc nhẫn này.

Minh nói: "Chiếc nhẫn này tôi nhìn thấy trước, phiền ông chọn mua chiếc khác!"

Vị khách nọ: "Xin lỗi! Nhưng mẹ tôi rất thích chiếc nhẫn này. Trước đây mẹ tôi tiếc không dám mua, nhưng đã đến xem nhiều lần rồi. Ngày mai là sinh nhật của mẹ, tôi muốn mua nó để tặng cho mẹ tôi, năn nỉ anh nhường nó cho tôi được không?"

Minh nói: "Nhưng ……"

Vợ của Minh nói: "Ông xã, anh hãy nhường cho anh ấy đi. Có câu "Quân tử thành nhân chi mỹ" (Người quân tử luôn tác thành chuyện tốt cho người khác), anh ấy cũng một lòng hiếu thảo, muốn hiếu kính mẹ của mình mà! Chúng ta hãy đi xem chiếc khác nhé!"

Minh: "Được rồi, theo ý của bà xã vậy!"

Vị khách nọ: "Cảm ơn hai anh chị rất nhiều!"

Từ vựng

1.	成人之美	chéng rén zhī měi	tgiúp người khác thành công, giúp người khác hoàn thành ước nguyện
2.	完成	wánchéng	hoàn thành
3.	美好	měihǎo	tốt đẹp
4.	論語	Lúnyǔ	Luận Ngữ, là một quyển sách trong bốn sách gọi là Tứ Thư, do Khổng Tử và những đệ tử của mình biên soạn.
5.	君子	jūnzǐ	quân tử
6.	君子成人之美	jūnzǐ chéng rén zhī měi	người quân tử luôn tác thành chuyện tốt cho người khác
7.	品德	pǐndé	phẩm đức, đức tính
8.	珠寶	zhūbǎo	châu báu, trang sức
9.	戒指	jièzhǐ	nhẫn
10.	孝心	xiàoxīn	hiếu thảo
11.	孝順	xiàoshùn	hiếu thuận

⑥【青梅竹馬】[1]
qīng méi zhú mǎ

Từ loại	Hàm ý	Ví dụ
Danh từ	+	我們是青梅竹馬

解釋： jiěshì

出自 唐代 詩人 李 白[2] 的〈長干行〉[3] 詩句[4]：「郎 騎 竹馬[5]
chūzì Tángdài shīrén Lǐ Bái de Chánggānxíng shījù láng qí zhúmǎ

來，遶[6] 床 弄 青梅。」[7] 描寫 小男孩 騎著 竹馬 來 找
lái rào chuáng nòng qīngméi miáoxiě xiǎonánhái qízhe zhúmǎ lái zhǎo

小女孩 玩，他們 繞著 水井[8] 旁 的 圍欄[9] 追逐[10] 嬉戲[11]，
xiǎonǚhái wán tāmen ràozhe shuǐjǐng páng de wéilán zhuīzhú xīxì

天真 地 拿 青色的 梅子 丟著 玩。後來 人們 就 用 青 梅
tiānzhēn de ná qīngsè de méizi diūzhe wán hòulái rénmen jiù yòng qīng méi

竹 馬 來 比喻 從 小 就 認識，一起 長 大 的 同伴。
zhú mǎ lái bǐyù cóng xiǎo jiù rènshì yìqǐ zhǎngdà de tóngbàn

Giải thích: Câu thành ngữ này lấy lời và ý từ bài "Trương Can Hành" của Lý Bạch: "Lang kỵ trúc mã lai, nhiễu sàng lộng thanh mai." Miêu tả một cậu bé cưỡi ngựa trúc đến tìm cô bé, họ cùng chạy quanh bờ rào giếng nước đùa giỡn, ngây thơ nô đùa bên cây mai. Sau này mọi người dùng câu "thanh mai trúc mã" để chỉ đôi trai gái đã thân thiết với nhau từ nhỏ, cùng nhau trưởng thành.

例文：lìwén

　　阿 仁 的 同事 結婚，在 一家 知名 的 海鮮 餐廳 請 吃
　　Ā Rén de tóngshì jiéhūn zài yìjiā zhīmíng de hǎixiān cāntīng qǐng chī

喜酒[12]。阿 仁 比較 晚到， 找 到 空位 就 趕緊 坐 下去。
xǐjiǔ　　　Ā Rén bǐjiào wǎndào　zhǎo dào kòngwèi jiù gǎnjǐn zuò xiàqù

　　阿 仁：「聽說 新郎[13] 和 新娘[14] 感情[15] 非常 好。」
　　Ā Rén　tīngshuō xīnláng hàn xīnniáng gǎnqíng fēicháng hǎo

　　客人 甲：「當然 囉！他們 是 鄰居， 從 小 青 梅 竹
　　kèrén jiǎ　　dāngrán luō　tāmen shì línjū　cóng xiǎo qīng méi zhú

馬 一起 長 大，感情 當然 好。」
mǎ yìqǐ zhǎngdà　gǎnqíng dāngrán hǎo

　　阿 仁 疑惑[16] 的 問：「咦？新娘 也 是 板橋 人 嗎？」
　　Ā Rén yíhuò de wèn　　yí　xīnniáng yě shì Bǎnqiáo rén ma

　　客人 乙 搖頭：「不是，他們 都 住 在 中和。」
　　kèrén yǐ yáotóu　　búshì　tāmen dōu zhù zài zhōnghé

　　阿 仁 有點 緊張 的 東張西望[17]：「怎麼 沒 看見
　　Ā Rén yǒu diǎn jǐnzhāng de dōngzhāngxīwàng　　zěme méi kànjiàn

新郎 銀行 的 同事 呢？」
xīnláng yínháng de tóngshì ne

　　客人 丙：「我 記得 新郎 是 在 學校 教書 的。」
　　kèrén bǐng　wǒ jìde xīnláng shì zài xuéxiào jiāoshū de

阿 仁 聽了 臉色 大變[18]， 馬 上　跑 到 收禮臺[19] 拿回 紅
Ā Rén tīngle liǎnsè dàbiàn　　mǎshàng pǎo dào shōulǐtái　náhuí hóng

包[20]， 頭 也 不 回 的 走 了。 原來 他 一時 匆 忙[21]， 跑錯
bāo　　tóu yě bù huí de zǒu le　yuánlái tā yìshí cōngmáng　pǎocuò

餐 廳 了。
cāntīng le

譯 文：yìwén

　　Đồng nghiệp của Nhân kết hôn, đãi tiệc cưới ở một nhà hàng hải sản nổi tiếng. Nhân đến khá muộn, nhìn thấy chỗ ngồi liền nhanh chóng ngồi xuống.

　　Nhân: "Nghe nói tình cảm của cô dâu và chú rể rất tốt."

　　Vị khách A: "Đương nhiên rồi! Họ là hàng xóm, từ nhỏ đã là thanh mai trúc mã cùng nhau lớn lên, tình cảm đương nhiên tốt đẹp rồi."

　　Nhân nghi ngờ hỏi: "Ủa? Cô dâu cũng là người ở Bản Kiều sao?"

　　Vị khách B lắc đầu: "Không phải, họ đều sống ở Trung Hòa."

　　Nhân có chút lo lắng dáo dác nhìn quanh: "Tại sao không thấy đồng nghiệp ở ngân hàng của chú rể vậy?"

　　Vị khách C: "Tôi nhớ chú rể dạy học trong trường mà."

　　Nhân nghe xong vẻ mặt tái đi, liền chạy đến bàn nhận quà cưới lấy lại phong bì, rồi đi ngay không ngoáy đầu nhìn lại. Thì ra trong lúc hấp

tấp, anh đã đi nhầm nhà hàng rồi.

生詞 shēngcí | Từ vựng

1.	青梅竹馬	qīng méi zhú mǎ	Thanh mai trúc mã, đôi trai gái thân thiết với nhau từ thuở nhỏ
2.	李白	Lǐ Bái	Lý Bạch, một trong những nhà thơ danh tiếng nhất thời thịnh Đường nói riêng và Trung Hoa nói chung, được hậu bối tôn làm Thi Tiên.
3.	長干行	chánggānxíng	Trường Can Hành
4.	詩句	shījù	câu thơ
5.	竹馬	zhúmǎ	trúc mã
6.	遶	rào	chạy quanh
7.	郎騎竹馬來，遶床弄青梅 láng qí zhúmǎ lái, rào chuáng nòng qīngméi		Lang kỵ trúc mã lai, nhiễu sàng lộng thanh mai.
8.	水井	shuǐjǐng	giếng nước
9.	圍欄	wéilán	lan can
10.	追逐	zhuīzhú	đuổi theo
11.	嬉戲	xīxì	chơi, nô đùa

12.	喜酒	xǐjiǔ	tiệc cưới
13.	新郎	xīnláng	tân lang, chú rể
14.	新娘	xīnniáng	tân nương, cô dâu
15.	感情	gǎnqíng	tình cảm
16.	疑惑	yíhuò	nghi ngờ, nghi hoặc
17.	東張西望	dōngzhāngxīwàn	ngó dáo dác
18.	臉色大變	liǎnsèdàbiàn	sắc mặt thay đổi nhanh chóng
19.	收禮臺	shōulǐtái	bàn nhận quà
20.	紅包	hóng bāo	bao lì xì
21.	匆忙	cōngmáng	vội vàng, hấp tấp

7 【井底之蛙】[1]
jǐng dǐ zhī wā

Từ loại	Hàm ý	Ví dụ
Danh từ	-	他像井底之蛙一樣

解釋：jiěshì

《莊子》[2]一書的〈秋水篇〉[3]裡提到：「無法和住在
Zhuāngzǐ yì shū de Qiūshuǐ piān lǐ tídào wúfǎ hàn zhù zài

井裡的青蛙[4]談論[5]海洋 之大，是 受到 牠居住環境的
jǐnglǐ de qīngwā tánlùn hǎiyáng zhī dà shì shòudào tā jūzhù huánjìng de

限制[6]；無法 和 夏天的 昆蟲[7] 談論 冬天 的 冰雪，是
xiànzhì wúfǎ hàn xiàtiān de kūnchóng tánlùn dōngtiān de bīngxuě shì

受到 牠 生 長 時間的 限制；無法 和 見識 淺薄[8]的人
shòudào tā shēngzhǎng shíjiān de xiànzhì wúfǎ hàn jiànshì qiǎnbó de rén

談論 大 道理[9]，是 受到 他 教育 程度[10]的 限制。」後來人
tánlùn dà dàolǐ shì shòudào tā jiàoyù chéngdù de xiànzhì hòulái rén

們就 用 井 底 之 蛙來比喻見識 很少 的人。
men jiù yòng jǐng dǐ zhī wā lái bǐyù jiànshì hěnshǎo de rén

Giải thích: Trong "Trang Tử", phần Thu Thủy có nhắc đến: "Không thể
cùng con ếch ngồi trong đáy giếng luận bàn về biển cả, vì nó bị hạn chế
bởi không gian sống; không thể cùng côn trùng mùa hè bàn luận về băng

tuyết, vì nó bị hạn chế bởi thời gian sinh trưởng; không thể cùng người có kiến thức nông cạn bàn luận đạo lý cao cả, vì họ bị hạn chế bởi trình độ giáo dục." Người đời sau dùng câu "Ếch ngồi đáy giếng" để chỉ người có kiến thức hạn hẹp.

例文：lìwén

日 正 當 中[11]，有 兩隻 老鷹[12] 在 樹上 休息。突然
rì zhèng dāng zhōng　yǒu liǎngzhī lǎoyīng zài shùshàng xiūxí　túrán

一架 噴射機[13] 從 天空 快速 飛過，留下 一道 長 長 的
yíjià　pēnshèjī　cóng tiānkōng kuàisù fēiguò　liúxià yídào chángcháng de

白煙。
báiyān

老鷹 A 疑惑 的 問：「那 是 什麼？」
lǎoyīng　yíhuò de wèn　　nà shì shéme

老鷹 B 露出 不屑[14] 的 表 情 說：「你 眞是 隻 井 底
lǎoyīng　lùchū búxiè de biǎoqíng shuō　nǐ zhēnshì zhī jǐng dǐ

之 蛙，那 玩意兒[15] 叫 做 噴射機。」
zhī wā　nà wányìér jiào zuò pēnshèjī

老鷹 A 還 是 很 疑惑 的 問：「噴射『雞』？那 牠
lǎoyīng　hái shì hěn yíhuò de wèn　　pēnshè jī　nà tā

爲什麼 飛得 那麼 急 呢？」
wèishéme fēide nàme jí ne

老鷹 B 冷冷 的 回答：「如果 有 一天 你 的 尾巴¹⁶ 著
lǎoyīng   lěnglěng de huídá   rúguǒ yǒu yìtiān nǐ de wěiba   zháo

火¹⁷ 了，看 你 急不急！」
huǒ le kàn nǐ jíbùjí

譯 文：yìwén

    Giữa trưa nắng, có hai chú chim ưng đậu trên cây nghỉ ngơi. Đột nhiên có một chiếc máy bay phản lực bay vèo qua, để lại một làn khói trắng dài.

    Chú chim ưng A bối rối hỏi: "Đó là gì vậy?"

    Chú chim ưng B với thái độ mỉa mai trả lời: "Cậu đúng là ếch ngồi đáy giếng, món đồ chơi đó gọi là máy bay phản lực."

    Chú chim ưng A vẫn rất bối rối hỏi tiếp: " 'Gà' phản lực? Sao nó lại phải bay gấp như vậy chứ?" (Vì từ 'máy bay' và 'gà' trong tiếng Hoa đều phát âm là 'jī' nên dễ nghe lầm)

    Chú chim ưng B lạnh lùng trả lời: "Nếu có một ngày đuôi của cậu bị cháy, xem cậu có gấp không?

Từ vựng

1.	井底之蛙	jǐng dǐ zhī wā	ếch ngồi đáy giếng, ý chỉ hiểu biết nông cạn, tầm nhìn hạn hẹp
2.	莊子	Zhuāngzǐ	Trang Tử
3.	秋水篇	Qiūshuǐ piān	Phần Thu Thủy, đây là một phần trong cuốn sách của Trang tử
4.	青蛙	qīngwā	ếch
5.	談論	tánlùn	đàm luận, bàn luận
6.	限制	xiànzhì	hạn chế, giới hạn
7.	昆蟲	kūnchóng	côn trùng
8.	見識淺薄	jiànshì qiǎnbó	hiểu biết nông cạn
9.	道理	dàolǐ	đạo lý
10.	程度	chéngdù	trình độ, mức độ
11.	日正當中	rì zhèng dāng zhōng	buổi trưa, lúc trời nắng gắt nhất
12.	老鷹	lǎoyīng	chim ưng
13.	噴射機	pēnshèjī	máy bay phản lực
14.	不屑	búxiè	xem thường, coi nhẹ, khinh rẻ

15.	玩意兒	wányìér	đồ chơi
16.	尾巴	wěiba	đuôi, phần đuôi của loài vật
17.	著火	zháohuǒ	bị cháy

8 【破 鏡 重 圓】[1]
pò jìng chóng yuán

Từ loại	Hàm ý	Ví dụ
Động từ	+/-	希望你們夫妻破鏡重圓

解釋：jiěshì

破 成 兩 半 的 鏡子， 重 新 合 在 一 起。用 來 形 容 夫
pòchéng liǎngbàn de jìngzi chóngxīn hé zài yìqǐ yònglái xíngróng fū

妻 分 離[2] 之 後 又 團 圓[3]，或者 是 感 情 破 裂[4] 後 重 新 和
qī fēnlí zhīhòu yòu tuányuán huòzhě shì gǎnqíng pòliè hòu chóngxīn hé

好。
hǎo

Giải thích: Hai mảnh gương vỡ nay có thể hợp lại với nhau. Dùng để chỉ cặp vợ chồng sau khi chia cách nay được đoàn tụ, hoặc tình cảm rạn nứt nay đã làm lành trở lại.

例文：lìwén

樂昌 公 主[5] 是 南 朝 陳 國 的 公 主， 當 隋 朝[6] 大軍
Lèchāng gōngzhǔ shì Náncháo Chénguó de gōngzhǔ dāng Suícháo dàjūn

來 襲[7] 時，她 的 丈夫[8] 徐德言 擔心 兩 人 在 逃難[9] 時 會
lái xí shí tā de zhàngfū Xú Déyán dānxīn liǎng rén zài táonàn shí huì

失散[10]，就 把 一面 銅鏡[11] 切 成 兩半，做爲 日後 相認[12] 的
shīsàn jiù bǎ yímiàn tóngjìng qiēchéng liǎngbàn zuòwéi rìhòu xiāngrèn de

信物[13]。陳 國 被 滅 之後，徐德言 流落[14] 到 民間[15]，公 主
xìnwù Chénguó bèi miè zhīhòu Xú Déyán liúluò dào mínjiān gōngzhǔ

則 成 了 隋朝 大臣
zé chéng le Suícháo dàchén

楊 素 的 妻子。
Yáng Sù de qīzi

到 了 元宵節[16] 這
dào le Yuánxiāojié zhè

一天，公主 派 僕人[17]
yìtiān gōngzhǔ pài púrén

拿著 半 片 銅 鏡 到
názhe bànpiàn tóngjìng dào

市集[18] 去 叫賣，果然
shìjí qù jiàomài guǒrán

找到了 徐德言。 兩
zhǎodàole Xú Déyán liǎng

個 人 雖然 都 還 活
ge rén suīrán dōu hái huó

著，卻 無法 在 一起
zhe què wúfǎ zài yìqǐ

生活。公主 傷心[19] 得 整天 哭泣， 吃不下飯。 楊 素
shēnghuó　gōngzhǔ　shāngxīn　de　zhěngtiān　kūqì　　chī bú xià fàn　　Yáng Sù

知道 了 這 件 事情 之後， 決定 把 公主 還給 徐德言，
zhīdào　le　zhè　jiàn　shìqíng　zhīhòu　juédìng　bǎ gōngzhǔ háigěi Xú Déyán

讓 他們 團圓。 經過 許多 的 波折[20]， 這 對 恩愛[21] 的 夫妻
ràng　tāmen　tuányuán　jīngguò　xǔduō　de pōzhé　zhè duì ēnài　de　fūqī

終 於 破鏡 重 圓， 過著 幸福[22] 的 日子。他們 堅定[23] 的
zhōngyú　pò jìng chóng yuán　guòzhe　xìngfú　de　rìzi　tāmen　jiāndìng de

愛情 讓 人 羨慕[24]， 而 楊 素 成 人 之 美 的 風度[25]， 也 讓
àiqíng ràng rén xiànmù　ér Yáng Sù chéngrén zhī měi de fēngdù　yě ràng

大家 佩服[26]。
dàjiā　pèifú

譯文：yìwén

　　Lạc Xương là công chúa nhà Trần vào thời Nam Triều, khi quân nhà Tùy tấn công, tướng công của nàng là Từ Đức Ngôn lo rằng hai người sẽ lạc nhau khi chạy giặc, nên đã tách gương đồng thành hai mảnh, làm tín vật nhận ra nhau sau này. Sau khi nước Trần bị diệt, Từ Đức Ngôn lưu lạc trong dân gian, công chúa lại trở thành vợ của đại thần nước Tùy Dương Tố. Đến ngày Tết Nguyên Tiêu, công chúa cho người ra chợ rao bán mảnh gương đồng, quả nhiên tìm thấy được Từ Đức Ngôn. Tuy hai người vẫn còn sống, nhưng không thể sống cùng nhau nữa. Công chúa đau lòng đến nỗi khóc cả ngày cả đêm, cũng chẳng buồn ăn gì nữa. Sau

khi Dương Tố biết chuyện, ông quyết định trả công chúa về với Từ Đức Ngôn, để họ được đoàn tụ với nhau. Trải quả nhiều sóng gió trắc trở, đôi vợ chồng ân ái này cuối cùng cũng đã "gương vỡ lại lành", sống hạnh phúc mãi mãi về sau. Tình yêu kiên định của họ khiến mọi người ngưỡng mộ, đồng thời việc Dương Tố tác thành cho hai người cũng khiến mọi người khâm phục.

生詞 shēngcí Từ vựng

1.	破鏡重圓	pò jìng chóng yuán	gương vỡ lại lành, ý chỉ tình cảm vợ chồng sau khi xa nhau hay bị rạn nứt nay được đoàn viên trở lại
2.	分離	fēnlí	tách rời, rời xa
3.	團圓	tuányuán	đoàn viên
4.	破裂	pòliè	vỡ, nứt, rạn nứt
5.	公主	gōngzhǔ	công chúa
6.	隋朝	Suícháo	triều tùy
7.	來襲	láixí	tấn công
8.	丈夫	zhàngfū	trượng phu, vào thời xưa còn có nghĩa là tướng công, chồng
9.	逃難	táonàn	chạy nạn, lánh nạn

10.	失散	shīsàn	li tán
11.	銅鏡	tóngjìng	gương đồng
12.	相認	xiāngrèn	nhận biết nhau
13.	信物	xìnwù	tín vật
14.	流落	liúluò	phiêu bạt, lưu lạc
15.	民間	mínjiān	dân gian
16.	元宵節	Yuánxiāo jié	Tết Nguyên Tiêu, vào rằm tháng giêng âm lịch
17.	僕人	púrén	người hầu
18.	市集	shìjí	chợ
19.	傷心	shāngxīn	đau lòng
20.	波折	pōzhé	trắc trở, khó khăn
21.	恩愛	ēnài	ân ái, tình nghĩa vợ chồng nồng thắm
22.	幸福	xìngfú	hạnh phúc
23.	堅定	jiāndìng	kiên định
24.	羨慕	xiànmù	ngưỡng mộ
25.	風度	fēngdù	phong độ, tác phong
26.	佩服	pèifú	kính phục, khâm phục

⑨【唇亡齒寒】[1]
chún wáng chǐ hán

Từ loại	Hàm ý	Ví dụ
Danh từ	+	A與B有「唇亡齒寒」的關係

解釋: jiěshì

沒有 了 嘴唇[2]，牙齒 就 會 感到 寒冷。比喻 雙 方 的
méiyǒu le zuǐchún yáchǐ jiù huì gǎndào hánlěng bǐyù shuāngfāng de

關係 非常 密切[3]，就 像 嘴唇 和 牙齒 一樣，互相 依附[4]、
guānxì fēicháng mìqiè jiù xiàng zuǐchún hàn yáchǐ yíyàng hùxiāng yīfù

彼此[5] 影響[6]。如果 有 一方 受到 傷害，另 一方 也 會 被
bǐcǐ yǐngxiǎng rúguǒ yǒu yìfāng shòudào shānghài lìng yìfāng yě huì bèi

牽連[7]。
qiānlián

Giải thích: Không có môi, răng sẽ bị lạnh. Ý chỉ quan hệ hai bên vô cùng mật thiết, như môi với răng, cùng nương tựa nhau, cùng ảnh hưởng lẫn nhau. Nếu có một bên bị tổn thương, bên còn lại cũng bị ảnh hưởng.

春秋 時代，強大 的 晉國[8] 想要 攻打 虢國[9]，但 兩
Chūnqiū shídài　qiángdà de Jìnguó　xiǎngyào gōngdǎ Guóguó　dàn liǎng

國 中間 隔著 虞國[10] 的 土地。晉國 送 了 許多 財寶[11] 給
guó zhōngjiān gézhe Yúguó　de tǔdì　Jìnguó sòng le xǔduō cáibǎo　gěi

虞國 的 國君[12]，希望 虞國 能 同意 讓 晉軍 通過。虞國 的
Yúguó de guójūn　xīwàng Yúguó néng tóngyì ràng jìnjūn tōngguò　Yúguó de

大臣 宮 之奇 知道 了 這件 事，就 告訴 虞國 的 國君 說：
dàchéng Kōng Zhīqí zhīdào le zhè jiàn shì　jiù gàosù Yúguó de guójūn shuō

「虢國 和 虞國 的 關係，就 像 嘴唇 和 牙齒 一樣 密切。
Guóguó hàn Yúguó de guānxì　jiù xiàng zuǐchún hàn yáchǐ yíyàng mìqiè

如果 沒有 了 嘴唇，牙齒 就 會 感到 寒冷。萬一 虢國
rúguǒ méiyǒu le zuǐchún　yáchǐ jiù huì gǎndào hánlěng　wànyī Guóguó

被滅，恐怕[13] 我們 也 難以 生存[14] 了。」虞國 的 國君 不聽，
bèimiè kǒngpà wǒmen yě nányǐ shēngcún le　Yúguó de guójūn bùtīng

收 了 財寶 讓 晉軍 通過。果然，晉國 的 軍隊 消滅 了
shōu le cáibǎo ràng jìnjūn tōngguò　guǒrán　Jìnguó de jūnduì xiāomiè le

虢國 之後，回程[15] 時 就 順便 滅掉 了 虞國。
Guóguó zhīhòu　huíchéng shí jiù shùnbiàn mièdiào le Yúguó

從 古 到 今，國 與 國 之間 的 競爭 或 合作，總是
cóng gǔ dào jīn　guó yǔ guó zhījiān de jìngzhēng huò hézuò　zǒngshì

存在著 微妙[16] 的 平衡[17]。唇 亡 齒 寒 的 道理 大家 都
cúnzàizhe wéimiào de pínghéng　chún wáng chǐ hán de dàolǐ dàjiā dōu

知道，但是 要 怎麼 拒絕 利益[18] 的 誘惑[19]，就 要 靠 過人 的
zhīdào dànshì yào zěme jùjué lìyì de yòuhuò jiù yào kào guòrén de

智慧[20] 和 勇氣 了。
zhìhuì hàn yǒngqì le

譯文：yìwén

　　Thời Xuân Thu, nước Tấn hùng mạnh muốn tấn công nước Quắc, nhưng ở giữa hai nước lại là lãnh thổ của nước Ngu. Nước Tấn mang tặng nhiều châu báu cho vua nước Ngu, hi vọng nước Ngu có thể đồng ý để nước Tấn dẫn binh qua. Đại thần nước Ngu là Cung Chi Kỳ sau khi biết chuyện, liền bẩm tấu với vua rằng: "Quan hệ giữa nước Quắc và nước Ngu mật thiết như môi với răng. Nếu không có môi, răng sẽ bị lạnh. Nếu lỡ như nước Quắc bị diệt, e rằng chúng ta cũng khó sống còn." Vua nước Ngu không nghe theo, nhận hết lễ vật rồi cho quân nước Tấn sang. Quả nhiên, sau khi quân nước Tấn tiêu diệt được nước Quắc, trên đường trở về đã tiêu diệt luôn nước Ngu. Từ xưa đến nay, quan hệ cạnh tranh hay hợp tác giữa các nước luôn tồn tại một sự cân bằng rất vi diệu. Đạo lý môi hở răng lạnh mọi người đều biết, nhưng làm sao để từ chối những cám dỗ lợi ích, đều phải dựa vào trí tuệ và dũng khí hơn người thôi.

Từ vựng

1.	唇亡齒寒	chún wáng chǐ hán	môi hở răng lạnh, máu chảy ruột mềm, ý chỉ quan hệ thân thiết gắn bó
2.	嘴唇	zuǐchún	môi
3.	密切	mìqiè	mật thiết, gắn bó
4.	依附	yīfù	dựa vào, nương tựa vào
5.	彼此	bǐcǐ	lẫn nhau, hai bên
6.	影響	yǐngxiǎng	ảnh hưởng
7.	牽連	qiānlián	liên lụy, dính dáng, ảnh hưởng đến
8.	晉國	Jìnguó	Nước Tấn
9.	虢國	Guóguó	Nước Quắc
10.	虞國	Yúguó	Nước Ngu
11.	財寶	cáibǎo	tiền bạc châu báu, tiền của
12.	國君	guójūn	vua, quốc vương
13.	恐怕	kǒngpà	sợ rằng, e rằng
14.	生存	shēngcún	sinh tồn, sống còn
15.	回程	huíchéng	đường về, đường trở về
16.	微妙	wéimiào	vi diệu, tinh xảo, tế nhị

17.	平衡	pínghéng	cân bằng, cân đối
18.	利益	lìyì	lợi ích
19.	誘惑	yòuhuò	cám dỗ
20.	智慧	zhìhuì	trí tuệ

【三十六計走爲上策】[1]
sān shí liù jì zǒu wéi shàng cè

Từ loại	Hàm ý	Ví dụ
Cụm từ	+/-	最好三十六計走為上策

 解釋：jiěshì

中　國　古代　兵法[2]　中　有　三十六種　計謀[3]　，其中　第
Zhōngguó gǔdài bīngfǎ zhōng yǒu sānshíliùzhǒng jìmóu qízhōng dì

三十六計　就是「走　爲　上　策」[4]　，意思　指　情況[5]　危險　的
sānshíliù jì jiù shì zǒu wéi shàng cè yìsi zhǐ qíngkuàng wéixiǎn de

時候，趕緊　逃走　才　是　最好　的　辦法。
shíhòu gǎnjǐn táozǒu cái shì zuìhǎo de bànfǎ

Giải thích: Trong binh pháp Trung Quốc thời cổ đại có 36 kế sách, trong đó kế thứ 36 là "Tẩu vi thượng sách", nghĩa là khi tình thế nguy hiểm, nhanh chóng chạy thoát mới là cách hay nhất.

 例文：lìwén

德國　北部　在　日前　發生　了　一件　離奇[6]　的　爆炸　事件[7]　。
Déguó běibù zài rìqián fāshēng le yíjiàn líqí de bàozhà shìjiàn

許多人在 睡 夢 中 被巨大的 爆炸 聲 驚醒[8]，出門 一
xǔduō rén zài shuìmèngzhōng bèi jùdà de bàozhà shēng jīngxǐng chūmén yí

看，發現 有間 銀行 被 炸得 幾乎 全 毀，趕緊 報警[9]
kàn fāxiàn yǒujiān yínháng bèi zhàde jīhū quán huǐ gǎnjǐn bàojǐng

處理。
chǔlǐ

警方 根據 現 場 的 狀 況 推測[10]，歹徒 應該 是
jǐngfāng gēnjù xiànchǎng de zhuàngkuàng tuīcè dǎitú yīnggāi shì

想 用 炸藥[11]炸開 提款機 偷取[12] 現金，卻 算錯 了 炸藥 的
xiǎng yòng zhàyào zhàkāi tíkuǎnjī tōuqǔ xiànjīn què suàncuò le zhàyào de

劑量[13]，才 會 造 成 如此 強大 的 爆炸。即使 爆炸 的 威力[14]
jìliàng cái huì zàochéng rúcǐ qiángdà de bàozhà jíshǐ bàozhà de wēilì

這麼 驚人，銀行 的 提款 機 竟然 一點 也 沒有 受到
zhème jīng rén yínháng de tíkuǎn jī jìngrán yìdiǎn yě méiyǒu shòudào

破壞，依然[15] 完好[16] 的 立 在 碎石[17] 堆 中。什麼 都 沒 偷到
pòhuài yīrán wánhǎo de lì zài suìshí duīzhōng shéme dōu méi tōudào

的 歹徒們 眼見[18] 計畫 失敗，只好 三 十 六 計 走 為 上 策，
de dǎitúmen yǎnjiàn jìhuà shībài zhǐhǎo sān shí liù jì zǒu wéi shàng cè

在 警方 到達 前 逃離[19] 現 場， 匆忙[20]中 還 留下 了
zài jǐngfāng dàodá qián táolí xiànchǎng cōngmángzhōng hái liúxià le

作案[21] 用 的 車輛。目前 警方 正 根據可靠[22] 的 線索，
zuòàn yòng de chēliàng mùqián jǐngfāng zhèng gēnjù kěkào de xiànsuǒ

追查[23] 這群 歹徒 的 行 蹤。
zhuīchá zhè qún dǎitú de xíngzōng

譯文：yìwén

　　Ở miền Bắc nước Đức vài ngày trước đã xảy ra một vụ nổ kỳ lạ. Nhiều người khi đang chìm trong giấc mộng đã bị đánh thức bởi tiếng nổ lớn, khi ra ngoài xem, họ phát hiện ngân hàng đã bị phá hủy hoàn toàn, liền lập tức báo cảnh sát. Cảnh sát căn cứ vào tình trạng hiện trường suy đoán rằng, bọn tội phạm muốn dùng thuốc nổ để mở máy ATM lấy cắp tiền mặt, nhưng đã tính sai liều lượng thuốc nổ, nên mới gây nên vụ nổ lớn như vậy. Dù uy lực của vụ nổ rất lớn, nhưng máy ATM của ngân hàng vẫn nguyên vẹn không bị thiệt hại gì, vẫn đứng nguyên vẹn giữa đám gạch đá đổ nát. Bọn tội phạm không lấy cắp được gì, nhìn thấy kế hoạch thất bại, chỉ biết "ba mươi sáu kế, chạy là thượng sách", nên trước khi cảnh sát đến đã trốn đi, trong lúc vội vàng đã để quên một chiếc xe. Hiện cảnh sát căn cứ vào manh mối đáng tin này tra tìm tung tích bọn tội phạm.

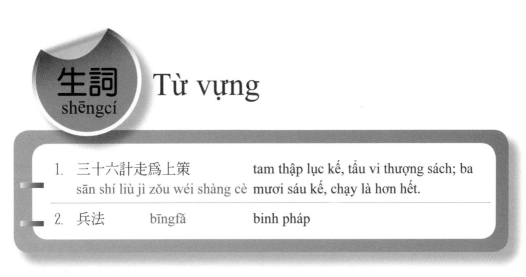

生詞
shēngcí

Từ vựng

1.	三十六計走爲上策 sān shí liù jì zǒu wéi shàng cè	tam thập lục kế, tẩu vi thượng sách; ba mươi sáu kế, chạy là hơn hết.
2.	兵法　　bīngfǎ	binh pháp

3.	計謀	jìmóu	mưu kế, sách lược
4.	走爲上策	zǒu wéi shàng cè	tẩu vi thượng sách, chạy là hơn hết
5.	情況	qíngkuàng	tình hình, tình huống
6.	離奇	líqí	ly kỳ, khác thường
7.	事件	shìjiàn	sự kiện, sự việc
8.	驚醒	jīngxǐng	giật mình tỉnh giấc, bừng tỉnh
9.	報警	bàojǐng	báo nguy, báo động
10.	推測	tuīcè	tiến cử, giới thiệu
11.	炸藥	zhàyào	thuốc nổ
12.	偷取	tōuqǔ	ăn cắp, lấy trộm
13.	劑量	jìliàng	liều, lượng thuốc
14.	威力	wēilì	uy lực, sức mạnh
15.	依然	yīrán	như cũ, như xưa
16.	完好	wánhǎo	hoàn hảo, vẹn toàn
17.	碎石	suìshí	đá vỡ, đá vụn
18.	眼見	yǎnjiàn	nhìn thấy trước mắt
19.	逃離	táolí	chạy trốn, rời khỏi
20.	匆忙	cōngmáng	vội vàng, nhanh chóng vội vã
21.	作案	zuòàn	gây án
22.	可靠	kěkào	đáng tin, tin cậy
23.	追查	zhuīchá	truy xét, truy vấn

國家圖書館出版品預行編目資料

華語趣味成語(越南語版)／楊琇惠編著；陳
瑞祥雲譯. －－初版. －－臺北市：五南，
2017.10
　　面；　公分
ISBN 978-957-11-9376-2 (平裝)

1.漢語　2.成語　3.讀本

802.86　　　　　　　　　106015105

1X8Z 新住民系列

華語趣味成語（越南語版）

編 著 者 — 楊琇惠（317.1）

編輯助理 — 林惠美、鄒蕙安、Brian Greene

發 行 人 — 楊榮川

總 經 理 — 楊士清

副總編輯 — 黃惠娟

責任編輯 — 蔡佳伶、簡妙如

封面設計 — 姚孝慈

版式設計 — 董子瑈

插　　畫 — 俞家燕

出 版 者 — 五南圖書出版股份有限公司

地　　址：106台北市大安區和平東路二段339號4樓

電　　話：(02)2705-5066　　傳　　真：(02)2706-6100

網　　址：http://www.wunan.com.tw

電子郵件：wunan@wunan.com.tw

劃撥帳號：01068953

戶　　名：五南圖書出版股份有限公司

法律顧問　林勝安律師事務所　林勝安律師

出版日期　2017年10月初版一刷

定　　價　新臺幣300元